वॉरेन बफे यांचे गुंतवणूक सिद्धान्त

वॉरेन बफे यांचे गुंतवणूक सिद्धान्त

वॉरेन बफे यांच्या बुद्धिमत्तापूर्ण वक्तव्यांचे संकलन

मेरी बफे आणि डेव्हिड क्लार्क

अनुवाद : डॉ. धनंजय केसकर

MANJUL

मंजुल पब्लिशिंग हाउस

First published in India by

MANJUL

Manjul Publishing House

Corporate and Editorial Office
•2nd Floor, Usha Preet Complex, 42 Malviya Nagar,
Bhopal 462 003 – India

Sales and Marketing Office
•C-16, Sector 3, Noida, Uttar Pradesh 201301, India
Website: www.manjulindia.com

Distribution Centres
Ahmedabad, Bengaluru, Bhopal, Kolkata, Chennai,
Hyderabad, Mumbai, New Delhi, Pune

Marathi translation of *The Tao of Warren Buffett*

This Marathi edition first published in 2024

ISBN: 978-93-5543-801-0

Marathi translation: Dr. Dhananjay Keskar

Printed and bound in India by Thomson Press (India) Ltd.

This publication contains the opinions and ideas of its authors. It is not a recommendation to purchase or sell the securities of any of the companies or investments herein discussed. It is sold with the understanding that the authors and publisher are not engaged in rendering legal, accounting, investment, or other professional services. Laws vary from state to state and federal laws may apply to a particular transaction, and if the reader requires expert financial or other assistance or legal advice, a competent professional should be consulted. Neither the authors nor the publisher can guarantee the accuracy of the information contained herein.

The authors and publisher specifically disclaim any responsibility for any liability, loss, or risk, professional or otherwise, which is incurred as a consequence, directly or indirectly, of the use and application of any of the contents of this book.

आमचे मित्रवर्य व बफे यांच्या
कार्यपद्धतीचे सहाध्यायी बॉब आयसेनबर्ग, यांस

अनुक्रमणिका

प्रास्ताविक

जगातील अत्यंत यशस्वी गुंतवणुकदार व परमोच्च पातळीचे परोपकारी व्यक्तिमत्त्व अशा वॉरेन बफे यांची १९८१ ते १९९३ अशा बारा वर्षांच्या काळात मी स्नुषा होते.

वॉरेन बफे यांचे पुत्र पिटर यांच्याशी विवाह झाल्यावर काही काळातच मी त्यांच्या ओमाहामधील कौटुंबिक निवासस्थानास भेट दिली होती. त्या काळी वॉल स्ट्रीच्या शेअर बाजाराबाहेरील जगात वॉरेन बफे हे माहीतही नव्हते. तेथे स्वत:च 'बफेटॉलॉजिस्ट' म्हणवणाऱ्या वॉरेन यांच्या काही एकनिष्ठ विद्यार्थ्यांची व माझी भेट झाली. डेव्हिड क्लार्क या त्यांच्यापैकी एकाने वॉरेन बफे यांचे गुंतवणूकविषयीचे विचार व सल्ले यांची नोंद एका वहीत अतिशय काळजीपूर्वक व आकर्षकरीत्या करून ठेवली होती. अशा अनेक वह्यांमधील नोंदींचा संदर्भ घेऊन डेव्हिड व मी सहकार्य करून 'बफेटॉलॉजी', 'द बफेटॉलॉजी वर्क बुक' व 'द न्यू बफेटॉलॉजी' ही तीन पुस्तके प्रकाशित केली. या पुस्तकांची सर्वोत्तम विक्री झाली आणि चायनीज व रशियन या भाषांसह एकूण दहा भाषांत ही पुस्तके प्रसिद्ध झाली.

डेव्हिडच्या अनेक वह्यांपैकी एक वही माझ्या आवडीची होती. त्यामध्ये वॉरेनची अनेक विद्वत्तापूर्ण व अर्थपूर्ण वाक्ये होती. ती वाचताना अतिशय आनंद होत असे. ती विचार करण्यास प्रवृत्त करणारी वाक्ये होती. कालांतराने माझ्या असे लक्षात आले की, ही वाक्ये वॉरेनच्या विद्यार्थ्यांच्या दृष्टीने खूप मार्गदर्शक होती व त्यावर जितका अधिक विचार करावा तितकी ती अधिकच अर्थपूर्ण होती.

काही काळानंतर वॉरेनच्या अशा अर्थपूर्ण वाक्यांचा मीपण संग्रह करू लागले. कुटुंबीयांसमवेत गप्पा मारताना किंवा ज्येष्ठ व्यावसायिकांसमवेत होणाऱ्या चर्चांमध्ये अशी अनेक माहितीपूर्ण विधाने वॉरेन करीत असत.

काही प्रसंगी वॉरेन वक्त्याची भूमिका घेत व उपस्थितांच्या प्रश्नांना उत्तरे देत. त्यांना आपल्या ज्ञानाचा व अनुभवाचा फायदा देत असत.

जसजसे मी वॉरेनचे बोलणे अधिक ऐकत गेले तसतसे मला गुंतवणुकीबरोबरच जीवन व व्यवसाय यांसंबंधीही माहिती होत गेली. त्यांची माहितीपूर्ण विधाने आपल्या मनात ठसतात. मीपण बऱ्याचदा त्यांचा उल्लेख करते व माझे म्हणणे पटवून देते. त्यांच्या विधानामुळेच शेअर मार्केटच्या तेजीमध्ये वाहवत न जाण्यासंबंधी मी स्वत:ला बजावते. कोणत्या प्रकारच्या कंपन्यांमध्ये गुंतवणूक करावी व त्याची सुयोग्य वेळ कोणती, याचेही ज्ञान मला वॉरेनच्याच सांगण्यातून मिळाले.

वॉरेनची शिकवणूक एखाद्या गुरुतुल्य व्यक्तीच्या उत्कृष्ट मार्गदर्शनासारखी आहे व त्यातून गुंतवणूक, व्यवसायाचे व्यवस्थापन, स्वत:च्या कार्यक्षेत्राची निवड व एकंदरीतच जीवनात यशस्वी कसे व्हावे याचा बोध होतो. हे लक्षात आल्यावर आम्ही या पुस्तकाची संकल्पना केली. आमचे जीवन, व्यवसाय व गुंतवणुकींच्या योग्य संधीचा शोध या सर्व बाबतींत वॉरेनचे शब्दच आमच्या बरोबर सच्चे मित्र असल्याप्रमाणे साथ देत होते. वॉरेनच्या मार्गदर्शक तत्त्वांचा अभ्यास करणारे विद्यार्थी ज्यांना आम्ही 'बफेटॉलॉजिस्ट' म्हणतो, त्यांनी त्यांच्या विधानांचा लावलेला अर्थसुद्धा या पुस्तकात अंतर्भूत आहे. त्यातूनच वॉरेनच्या विधानांमधील गर्भितार्थ व हेतू समजतो.

या पुस्तकाद्वारे वाचकांचे कार्य, जीवन व गुंतवणुकी अधिक आनंददायी व फलदायी होतील अशी आमची अपेक्षा आहे.

श्रीमंत होणे व श्रीमंती टिकविणे

१

पहिला नियम - कधीही आर्थिक नुकसान सोसू नका.
दुसरा नियम - कधीही पहिला नियम विसरू नका.

धनवान होण्यामागचे मोठे रहस्य म्हणजे आपल्या पुंजीत उत्तरोत्तर वाढ होण्याची सोय करणे व सुरुवातीची गुंतवणूकच मोठ्या रकमेची करणे. उदा., एक लाख डॉलर्सचे वीस वर्षांत १५ टक्के दराने चक्रवाढ व्याज पद्धतीने १६,३६,६५३ डॉलर्स होतील. म्हणजेच आपल्या मूळ गुंतवणुकीवर १५,३६,६५३ डॉलर्स एवढा नफा होईल. पण, सुरुवात करतानाच आपले ९० हजार डॉलर्सचे नुकसान झाले असेल व गुंतवणुकीस फक्त १०,००० उपलब्ध असतील तर २० वर्षांत ही रक्कम १,६३,६६५ होईल. म्हणजेच १,५३,६६५ डॉलर्सचा नफा होईल. पहिल्या उदाहरणातील रक्कमेपेक्षा ही खूपच कमी आहे. आपले नुकसान ज्या प्रमाणात जास्त होईल त्याचप्रमाणे आपली आर्थिक क्षमता व अर्थार्जनाची संधी भविष्यात कमी होईल. या तत्त्वाचा वॉरेनने कधीही विसर पडू दिला नाही. गुंतवणुकीस मोठी रक्कम उपलब्ध व्हावी म्हणून अब्जाधीश होईपर्यंत वॉरेन जुन्या फोक्सवॅगन गाडीचा वापर करीत होते.

२

माझी पहिली गुंतवणूक मी वयाच्या एकविसाव्या वर्षी केली. तोपर्यंत मी माझ्या आयुष्यात काहीच उपयुक्त काम केले नाही.

✷

गुंतवणुकीच्या क्षेत्रात विशेषत: अनेक संधी उपलब्ध आहेत. त्यामुळे जीवनातील आपले ध्येय काय आहे हे तरुणपणीच समजणे योग्य आहे. संपूर्ण आयुष्यात धनसंपदा कमावण्याच्या अनेक संधी योग्य निर्णय घेऊन गुंतवणूक करून मिळत असताना तरुण वयातच धोका पत्करून जुगारी वृत्तीने गुंतवणूक करणे केव्हाही योग्य नाही.

वयाच्या अकराव्या वर्षी वॉरेन यांनी सिटी सर्व्हिसेस या तेलाचा व्यवसाय करणाऱ्या कंपनीमध्ये गुंतवणूक केली. प्रत्येकी अडतीस डॉलर्स याप्रमाणे तीन शेअर त्यांनी खरेदी केले. थोड्यात दिवसांत त्या शेअरचा भाव सत्तावीस डॉलर्स इतका घसरला तेव्हा त्यांनी कसाबसा तग धरला आणि शेअरची किंमत चाळीस डॉलर्स झाल्यावर ते शेअर्स विकले पण, काही कालावधीनंतर याच शेअरची किंमत दोनशे डॉलर्स झाली. यातूनच वॉरेन यांना जीवनातील पहिला धडा मिळाला तो म्हणजे धीर धरणे. आपण योग्य गुंतवणूक करून प्रतीक्षा केल्यास निश्चितच चांगला नफा होतो, हे त्यांच्या लक्षात आले.

३

एखाद्या गोष्टीची विक्री करताना भरमसाठ किंमत मागण्यात व खरेदी करताना अत्यल्प किंमत देऊ करण्यास अजिबात घाबरू नका.

✷

विक्री करताना अवास्तव किंमत मागणे किंवा खरेदी करताना अगदी कमी किमतीत मागणे हे अनेकांना संकोचाचे वाटते, याची वॉरेन यांना कल्पना आहे. आपण अति लोभी किंवा कमी दर्जाचे आहोत असे कोणास वाटू नये अशीच प्रत्येकाची इच्छा असते. ढोबळ मानाने सांगायचे झाल्यास विक्री करताना किती चांगली किंमत मिळते व खरेदी करताना काय दाम मोजावा लागतो; यावरच व्यवहारातील आपला नफा वा नुकसान अवलंबून आहेत. एकदा बोलणी किंवा वाटाघाटी करण्यास आरंभ केल्यावर तुम्ही विक्रीची किंमत कमी सांगू शकता किंवा विकत घेण्यास अधिक किंमत देऊ करू शकता. परंतु, याच्या उलट करता येणे शक्य नाही.

अपेक्षित किमतीत सौदा होत नसल्याने अनेक प्रसंगी वॉरेन यांनी व्यवहार केलाच नाही. कॅपिटल सिटी येथील एबीसी या कंपनीबाबतचा व्यवहार हे याचे उत्तम उदाहरण आहे. जेवढी मागणी केली तेवढी भागीदारी कंपनीने देण्याची तयारी दाखवली नाही म्हणून वॉरेन यांनी व्यवहार करण्याचे नाकारले. पण, दुसऱ्याच दिवशी कॅपिटल सिटीने वॉरेन यांची मागणी मान्य केली. आपणच चांगली किंमत मागितली नाही, तर ती निश्चितच मिळणार नाही त्यामुळे अधिकाधिक किमतीची आवश्यक मागणी करा. वाईट किंवा अयोग्य व्यक्तीबरोबर चांगला व्यवहार होऊ शकत नाही.

४

वाईट व्यक्ती ही वाईट असते व अशा व्यक्तीबरोबर योग्य व्यवहार होऊ शकत नाही.

या जगात अनेक चांगले व प्रामाणिक लोक असताना अप्रामाणिक माणसांबरोबर व्यवहार करणे हा शुद्ध/निव्वळ मूर्खपणा आहे. एखाद्याच्या विश्वासार्हतेबद्दल यत्किंचितही शंका असल्यास त्याच्या बरोबरची चर्चा किंवा व्यवहाराचा सौदा तत्काळ थांबवावा आणि योग्य व्यक्ती किंवा कंपनीचा शोध घेऊन त्यांच्या बरोबर व्यवहार करावा. ज्याप्रमाणे आपण विमानातून उडी मारताना हवाई छत्री उघडेल की नाही अशी शंकासुद्धा मनात आणत नाही, त्याचप्रमाणे ज्यांच्या बरोबर व्यवहार करायचा आहे त्यांच्या प्रामाणिकपणाबद्दल अजिबात संशय नसावा. व्यवहाराच्या सुरुवातीस जर त्यांच्यावर विश्वास नसेल, तर नंतर तरी ती व्यक्ती कशी विश्वासपात्र होणार? अशा परिस्थितीत त्या व्यक्तीवर विश्वास टाकणेच योग्य नाही.

सॉलोमन ब्रदर्स या कंपनीच्या संचालक मंडळावर असताना वॉरेनच्या वरील सल्ल्याचा प्रत्यय आला. वॉरेनच्या सल्ल्याविरुद्ध जाऊन या कंपनीचे गुंतवणूक करणारे अधिकारी रॉबर्ट मॅक्सवेल या माध्यम (Media) विश्वातील प्रस्थ असलेल्या व्यक्तीबरोबर व्यवहार करीत होते. रॉबर्ट मॅक्सवेलची आर्थिक परिस्थिती डबघाईची होती व बऱ्याचदा त्यांचे चेक वटत नसत. काही काळानंतर मॅक्सवेलच्या अकाली निधनानंतर सॉलोमन कंपनीज् त्यांच्या पैशाची वसुली करण्यासाठी खूप प्रयत्न करावे लागले.

या कंपनीत एक साधा-सरळ नियम आहे. अप्रामाणिक लोकांपेक्षा प्रामाणिक लोकांची कार्यतत्परता नक्कीच चांगली असते. या दोन्हींमध्ये गल्लत होऊ देऊ नये.

५

वैयक्तिक संपत्तीची निर्मिती ही वेगवेगळ्या पन्नास कंपन्यांमध्ये भांडवल गुंतवणूक करून होत नाही, असे दृष्टीस पडते. ज्या कोणी एखादा उत्तम बिझनेस (व्यवसाय) शोधला त्यालाच असे धनवान होता येते.

अमेरिकेतील अति धनाढ्य कुटुंबांच्या उदाहरणांवरून असे आढळते की यातील प्रत्येकाने एक आगळावेगळा व्यवसाय निवडला व तो खूप वाढवला. हर्स्ट या कुटुंबाने प्रकाशन क्षेत्रात, वॉल्टन यांनी किरकोळ विक्री व्यवसायात, रिगली यांनी चुइंग गम व्यवसाय, तर मार्स यांनी गोळ्या आणि चॉकलेट यातून; गेट्स यांनी संगणक प्रणालीतून तर कूर्स व बुश कुटुंबांनी बिअरच्या व्यवसायातून धननिर्मिती केली. अशी अनेक उदाहरणे आहेत. अपवादात्मकसुद्धा एखाद्याने अन्य कोणत्या व्यवसायात हात घातल्यास त्यांना नुकसानच सोसावे लागले आहे. कोका कोला कंपनीने सिनेमाक्षेत्रात पाऊल ठेवल्यावर त्यांनाही नुकसानीस सामोरे जावे लागले.

आर्थिकदृष्ट्या व्यवसाय उत्तम होण्याची गमके काय आहेत, याचे रहस्य वॉरेननी समजून घेतले आहे. यातच त्यांच्या यशाची किल्ली आहे. स्पर्धात्मक व्यवसायात दीर्घ काळ टिकणारा व ग्राहकाच्या मनात ठसणारा व्यवसायच यशस्वी होतो हेच ते रहस्य. ग्राहकाच्या दृष्टीने चुइंग गम म्हणजे रिगली, सवलतीच्या दरात वस्तू मिळण्याचे ठिकाण म्हणजे वॉल मार्ट आणि थंड बिअर म्हणजे कूर्स किंवा बडवायझर असे समीकरण होते. अशा उंच स्थानावर असलेली वस्तू किंवा कंपनी आर्थिक शक्ती होऊ शकते. फक्त नजीकच्या काळाकडे किंवा फायद्याकडेच लक्ष दिल्यास शेअर

बाजारात अशा कंपन्यांची पत काही वेळेस कमी होते. अशाच वेळेस वॉरेन शेअर बाजारात उतरतात व कमी किमतीत उपलब्ध असलेले शेअर्स घेतात. 'बर्कशायर हॅथवे' या वॉरेनच्या कंपनीने असे अनेक व्यवसाय अंगीकारले आहेत आणि त्यातील बहुतांशी व्यवसायांकडे शेअर बाजाराचे पुरेसे लक्ष नव्हते तेव्हा ते विकत घेऊन नंतर ते नावारूपास व उत्तम आर्थिक स्थितीत आणले आहेत.

६

एखादा करार किंवा सौदा मान्य केल्यावर त्यातून माघार घेणे अशक्य असते; त्यामुळे करारनाम्यावर सही करण्यापूर्वी पूर्ण विचार करा.

एखाद्या करारनाम्यावर सही केल्यावर तो सौदा पक्का आहे हे वॉरेन यांना मान्य आहे. सौदा एकदा निश्चित केल्यावर तो योग्य वा अयोग्य- असा फेरविचार करता येत नाही. पण, प्रत्यक्षात हे अमलात आणणे कठीण असते. सौदा पूर्ण करण्याच्या अति उत्सुकतेपोटी तो योग्य की अयोग्य याचा सारासार विचार काही वेळेस बाजूला पडतो. करारावर सही करण्यापूर्वी त्यात नंतर काय अडचणी येऊ शकतील याचा पूर्ण विचार करा. कारण, तशा अडचणी येण्याची संभावना खूपच असते. आपला उद्देश कितीही चांगला असला तरी त्यातून वाटचाल करताना काही अनपेक्षित प्रश्न उभे राहू शकतात. पूर्ण विचार सर्व बाजूंनी करून निर्णय घेतला तर प्रश्न उभे राहणार नाहीत व आपण या संकटात का उडी घेतली असा विचार करावा लागणार नाही.

रोझ ब्लमकिन या ८९ वर्षांच्या स्त्रीकडून तिचा ओमाहामधील 'नेब्रास्का फर्निचर मार्ट' हा व्यवसाय खरेदी करताना केलेल्या करारात तिने पुढे जाऊन वॉरेनशीच स्पर्धा करू नये, असे कलम नव्हते. ज्या पद्धतीने वॉरेन व्यवसाय चालवीत होते ते मान्य न झाल्यामुळे रोझ ब्लमकिन यांनी नेब्रास्का फर्निचर मार्टच्या समोरच स्वत:चा नवीन व्यवसाय सुरू करून प्रचंड स्पर्धा उत्पन्न केली. नेब्रास्काचा व्यवसाय मंदावल्यामुळे रोझ ब्लमकिनची नवी कंपनी पन्नास लाख डॉलर्स इतकी घसघशीत रक्कम मोजून विकत घेतली. या वेळच्या करारात मात्र ब्लमकिन यांनी स्पर्धा न करण्याचे कलम होते व पुढे गेल्यावर ते योग्यच होते, याचा प्रत्यय आला. कारण, वयाच्या १०३व्या वर्षापर्यंत रोझ ब्लमकिन कार्यरत होत्या.

७

एखाद्या संकटातून बाहेर पडण्यात जे कष्ट पडतात त्यापेक्षा संकटात न सापडणे सोपे असते.

✷

कायद्याचा भंग करून झटपट पैसे कमावण्याच्या मोहात पडल्यावर जर कोणी पकडला गेला, तर त्याच्या परिणामांना सामोरे जाण्यापेक्षा कायदा मोडण्यास प्रवृत्त न होणे सोपे असते. जर अडचणीत सापडायचे नसेल तर योग्य वेळी योग्य गोष्टी करा. कायद्याच्या कचाट्यातून बाहेर पडण्यास आपणास खूप पैसे खर्च करावे लागतात, वकिलांची भरपूर फी द्यावी लागते आणि इतके करून कदाचित शिक्षाही भोगावी लागते.

सॉलोमन ब्रदर्स या वॉल स्ट्रीटवरील कंपनीमध्ये गुंतवलेले सत्तर कोटी डॉलर्स जेव्हा जवळजवळ पाण्यात गेले तेव्हा वॉरेन यांना याचा प्रत्यय आला. त्या कंपनीच्या एका विक्रेत्याने बॉण्ड विक्रीमध्ये काही गैरप्रकार केल्यामुळे फेडरल रिझर्व्ह बँक ती कंपनी जवळजवळ बंद करण्याच्या बेतात होती. यातून बाहेर पडण्यास काय खटाटोप करावा लागला? त्या कंपनीतील अनेक कर्मचाऱ्यांच्या नोकऱ्या गेल्या, अनेक विक्रेत्यांना व्यवसाय बंद करावा लागला आणि कंपनीचे अध्यक्ष व प्रमुख कार्यकारी अधिकारी यांनाही पदावरून पायउतार व्हावे लागले, कायद्याविषयीच्या सल्ल्यासाठी लक्षावधी डॉलर्स खर्च करावे लागले, खूप दंड भरावा लागला, अनेक खटले लढावे लागले आणि व्यवसायाचे खूप नुकसान झाले. हे सर्व टाळण्यासाठी सुरुवातीपासूनच अशा संकटापासून दूर राहणे फार सोपे आणि फायद्याचे ठरले असते.

८

विवाह बंधन जसे आयुष्यभराचे असते त्याप्रमाणे गुंतवणूकही दीर्घ मुदतीसाठी करावी.

एकदा केलेल्या गुंतवणुकीमधून पैसे काढून घ्यायचे नाहीत, हा वॉरेन यांचा दृष्टिकोन असल्यामुळे कोणतीही गुंतवणूक करण्यापूर्वी त्या कंपनीचा पूर्ण अभ्यास आणि सर्वांगीण विचार तुम्ही आवश्य कराल. विवाह करण्यापूर्वी तुम्ही आपल्या जोडीदाराची पूर्ण माहिती घेणे, जोडीदाराला काही वेळेला भेटणे, तुमच्या मित्रमंडळींचा सल्ला घेणे आणि पूर्ण विचार करणे हे सर्व कराल ना? त्याचप्रमाणे एखाद्या कंपनीची पूर्ण माहिती घेतल्याशिवाय आणि त्यांचा व्यवसाय काय आहे हे समजल्याशिवाय त्यामध्ये तुम्ही गुंतवणूक करण्याचा निर्णय घाईगडबडीने घेऊ नये. परंतु, दीर्घ मुदतीची गुंतवणूक करूनच तुम्ही संपत्ती कमवू शकता. उदाहरणादाखल १९७३ साली वॉरेन यांनी वॉशिंग्टन पोस्ट या कंपनीमध्ये केलेली एक कोटी दहा लाख डॉलर्सची गुंतवणूक पहा. आजमितीसही त्यांचे पैसे त्या कंपनीत गुंतवले आहेत. तेहेतीस वर्षांनंतर ती रक्कम पंधरा कोटी डॉलर्स एवढी वाढलेली आहे. जर सुरुवातीस तुमची गुंतवणूक योग्य कंपनीमध्ये असेल तर प्रदीर्घ काळापर्यंत ती तशीच ठेवण्यामध्ये प्रचंड फायदा आहे.

१

वॉलस्ट्रीट शेअर बाजार ही अशी एकच जागा आहे, जिथे रोल्स रॉइससारख्या अति महागड्या मोटर वाहनांतून येणारे लोक लोकल गाडीमधून येणाऱ्या मध्यमवर्गीयांचा सल्ला घेतात.

✷

आयुष्यामध्ये प्रचंड पैसे मिळवलेले अनेक अतिशय हुशार आणि यशस्वी लोक जे शेअर दलाल स्वत:लाही सल्ला देण्यायोग्य नाहीत, त्यांच्याकडून गुंतवणुकीसंबंधी मार्गदर्शन घेतात; याचे वॉरेन यांना खूप आश्चर्य वाटते. जर त्यांचा सल्ला इतका मोलाचा असेल तर ते स्वतः का श्रीमंत नाहीत? कदाचित आपल्याच सल्ल्याप्रमाणे वागून त्यांना श्रीमंत होता येत नाही, तर तुमच्याकडून घेतलेल्या कमिशनद्वारे त्यांना अर्थप्राप्ती होते. तुम्हाला श्रीमंत बनविण्यासाठी तुमचे पैसे कसे गुंतवायचे हे सांगणाऱ्या लोकांपासून सावध रहा; कारण, त्यांनी तुम्हाला केलेल्या विक्रीतून आणि दिलेल्या सल्ल्याचेच ते अधिकाधिक पैसे कमावतात. कित्येक वेळेला तुमचे पैसे वापरून आपलाच फायदा करून घेण्याचा त्यांचा उद्देश असतो. आणि जर तुमचे पैसे बुडाले तर ते तुमच्या ऐवजी ज्याला सल्ला देता येईल, असा दुसरा कुणीतरी शोधतात.

वॉलस्ट्रीटवरील लोकांची निष्ठा कशासाठी आहे याची वॉरेन यांना पक्की खात्री आहे. त्यामुळे विश्लेषकांनी आगामी काळाबद्दल बर्तविलेल्या माहितीकडे ते ढुंकूनही पाहत नाहीत. कारण, त्यांनी रंगवलेली चित्रं अतिरंजित असतात.

१०

पैशाने सुख विकत घेता येत नाही.

श्रीमंत असणे आणि सुखी असणे यांत वॉरेन कधीही गल्लत करीत नाहीत. आजही ते आपल्या शाळेतील मित्रमंडळींच्या सहवासात असतात आणि आपण जेथे वाढलो त्याच वस्तीत राहतात. आपण मुळात कोण आणि कसे आहोत हे खूप संपत्ती मिळवल्यावरसुद्धा ते विसरले नाहीत. ज्या लोकांनी आपल्यावर प्रेम करावे असे वाटते त्यांनी खरोखरच प्रेम करणे ही यशस्वी असण्याची व्याख्या आहे, असे वॉरेन यांनी महाविद्यालयातील विद्यार्थ्यांना त्यांच्या या संबंधीच्या प्रश्नाचे उत्तर देताना सांगितले होते. ''तुम्ही जगातील श्रीमंत व्यक्ती असलात आणि तुम्हाला जर कुटुंबीयांचे आणि मित्रमंडळींचे प्रेम मिळत नसेल तर तुम्ही कंगालच आहात.''

११

उत्तम प्रतिष्ठा मिळण्यासाठी कित्येक वर्षे लागतात. परंतु, पाच मिनिटांत ती धुळीस मिळू शकते. याच्यावर जर विचार केला तर तुम्ही सर्व गोष्टी काळजीपूर्वक कराल.

तुम्ही आयुष्यभर खपून मिळवलेली प्रतिष्ठा तुमच्या एखाद्या चुकीबद्दल वर्तमानपत्रांमध्ये अप्रिय तऱ्हेने बातमी येऊन क्षणार्धात नष्ट होऊ शकते. एखादी गोष्ट करू नये, हे माहीत असेल तर ती अजिबात करू नये. कारण, जर तुम्ही पकडले गेलात तर तुम्हाला परवडणार नाही इतकी मोठी किंमत मोजावी लागते. वॉरेन बफे यांचा असा दृढ विश्वास आहे आणि आपली मुले लहान असल्यापासून त्यांच्या मनावर त्यांनी हे बिंबवले आहे.

AIG या इन्शुरन्स कंपनीमधील हिशेबातील प्रचंड घोटाळा उघड झाल्यावर वॉरेन यांनी आपल्या सहकाऱ्यांना सांगितले की ते वारंवार आणि वर्षांतून दोन वेळा सर्वांना पत्राने जे सांगत असतात तेच या प्रकरणातून सिद्ध होते. वॉरेन यांच्या मते, त्यांच्या बर्कशायर या कंपनीस नुकसान झाले तरी चालेल; किंबहुना कंपनी मोठे नुकसानही सहन करील, परंतु, कंपनीच्या प्रतिष्ठेला काडीमात्रही धक्का लागलेला परवडणार नाही. कालांतराने आपल्या योग्यतेची प्रतिष्ठा आपल्याला मिळेल. सरळ मार्गाने जाऊनसुद्धा भरपूर पैसे कमावता येतील. त्यामुळे वाम मार्गाचा अवलंब करू नये.

हा सल्ला ज्यांनी मानला नाही, असे कित्येक लोक व कंपन्या आपल्या हव्यासापोटी योग्य निर्णय न घेतल्यामुळे धुळीस मिळाल्या आहेत.

१२

जे लोक स्वत:ची प्रगती करायचा प्रयत्न करतात त्यांना देवही मदत करतो. परंतु, आपण काय करीत आहोत हे माहीत नसतानाही कृती करणाऱ्यांना शेअर बाजार देवाप्रमाणे दया दाखवीत नाही.

तुम्ही काय करीत आहात हे माहीत असेल तर शेअर बाजारामध्ये तुम्ही पैसे कमावू शकता. परंतु, आपण काय करीत आहोत हे माहीत नसेल तर शेअर बाजारात दयामाया नाही आणि तुम्ही कंगाल व्हाल. अज्ञान आणि हव्यास यांच्या मिश्रणातून आर्थिक सर्वनाश उद्भवतो. १९६९ साली जेव्हा शेअर बाजारात त्या दशकातील प्रचंड तेजी होती, तेव्हा शेअर्सची किंमत खूप अवाजवी आहे हे ध्यानात घेऊन वॉरेन यांनी बाजारातील आपले सर्व व्यवहार पूर्णपणे बंद केले. १९७३-७४च्या सुमारास बाजारातील किमती खूप खाली आल्या होत्या आणि शेअर्स अत्यंत माफक किमतीत उपलब्ध होते. अतिशय सुंदर तरुणींचा सहवास मिळत असताना एखादा वखवखलेला तरुण जसा वागेल त्याच पद्धतीने वॉरेन यांनी खूप मोठ्या प्रमाणात शेअर्स विकत घेतले. यातीलच अनेक शेअर्समुळे वॉरेन कोट्यधीश झाले.

१३

सात फूट उंच उडी मारण्याचा प्रयत्न करण्यापेक्षा मी एक फूट उंचीचे अडथळे ओलांडणे पसंत करतो.

अशक्यप्राय असे ध्येय गाठण्याचा प्रयत्न वॉरेन करीत नाहीत. प्रत्येक चेंडूवर षटकार मारण्याचापण प्रयास करीत नाहीत. ते योग्य संधीची प्रतिक्षा करतात व खात्रीशीर मार्गच अवलंबतात. ज्या कंपन्यांच्या वस्तूंमध्ये बदल करण्याची आवश्यकता भासणार नाही अथवा जे व्यवसाय पुढे वीस वर्षे तरी टिकतील असे ते निवडतात. संपूर्ण कंपनी विकत घेण्याची क्षमता असतानाही त्या कंपनीत समभाग योग्य किमतीत मिळत असल्यास विकत घेण्याची त्यांची तयारी असते. शेअर बाजारात झटपट फायदा मिळवण्याचा दृष्टिकोन असेल तर दीर्घ मुदतीत फायदे दुर्लक्षिले जातात व काही व्यवसायांचे योग्य मूल्य मिळत नाही. बाजाराच्या अशा वृत्तीमुळे चांगले व्यवसाय योग्य किंवा कमी किमतीत मिळविण्यात वॉरेन नशीबवान आहेत. त्यांची कार्यपद्धती सोपी व सुटसुटीत आहे. गुंतवणुकीवरील परताव्याचे भाकीत करणे किंवा क्लिष्ट रणनीतीने गुंतवणूक करणे हे काम ते शेअर बाजारातील अन्य लोकांवर सोपवतात.

१९७३-७४ साली जेव्हा शेअर बाजारात अमाप मंदी होती तेव्हा ओगिल्ह्वी आणि मॅथर या जाहिरातक्षेत्रातील अत्यंत नामवंत कंपनीचे शेअर्स प्रत्येकी ४ डॉलर्सला घेतले त्या वेळी प्रतिशेअर कमाई फक्त ७६ सेंट्स होती म्हणजे Price Earnings Ratio ५ होता. शेअर बाजार गडगडला असताना वॉरेन यांनी या कंपनीचे रोखे प्रचंड संख्येने खरेदी केले आणि कित्येक वर्षांनंतर प्रतिवर्षी २० टक्के इतका घसघशीत नफा कमावून ते रोखे विकले. काही गुंतवणुकी तर इतक्या सोप्या होत्या.

१४

सवयींचे सहजरीत्या गुलाम होता येते; पण, ते जोखड तोडून टाकणे अतिशय कठीण असते.

✷

इंग्लिश तत्त्ववेत्ते बर्ट्रांड रसेल यांचे वरील वाक्य वॉरेन यांनी उद्धृत केले आहे व ते चुकीच्या किंवा गैर प्रकारे व्यवसाय करणाऱ्यास अगदी चपखलपणे लागू पडले. आपण चुकीच्या पद्धतीने व्यवसाय किंवा कामे करीत होतो हे जेव्हा लक्षात येते तेव्हा फार उशीर झालेला असतो. आपल्या समोर आपत्ती येण्यापूर्वी खर्चास मर्यादा घालणे व काटकसर करणे आवश्यक असते. ज्या कार्यपद्धतीत वायफळ खर्च होत असतात तेही परिस्थिती चांगली असताना काबूत ठेवावे लागतात; अन्यथा, कठीण प्रसंगी व्यवसाय बुडीत खाती जाऊ शकतो. खर्चाचे प्रमाण अवास्तवरीत्या वाढू देण्यात व्यवस्थापन स्वत:चीच फसवणूक करीत असते. आपल्या कार्यपद्धतीचे परिणाम काय होत आहेत हे फार उशीर होण्यापूर्वीच वेळोवेळी तपासले पाहिजे. आपला व्यवसाय अयोग्य दिशेने जात आहे हे लक्षात येताच मोठी संकटे येण्यापूर्वी योग्य ती दुरुस्ती करणे आवश्यक आहे.

वरील गोष्टीचे उदाहरण म्हणजे बेंजामिन ग्रॅहम यांच्या सल्ल्यानुसार वॉरेन यांनी केलेल्या गुंतवणुकी - यानुसार गुंतवणुकी करीत असताना अनेक कंपन्यांचे शेअर्स त्यांच्या पुस्तकी मूल्यापेक्षा कमी किमतीत उपलब्ध असताना घेण्यात आले. परंतु, त्या कंपनीची दीर्घकालीन आर्थिक स्थिती कशी असेल याचा फार विचार केला गेला नाही. ही पद्धत वॉरेन यांच्यासाठी १९५०च्या दशकात व १९६०च्या काही सुरुवातीच्या वर्षांत यशस्वी ठरली. याच पद्धतीने वॉरेन यांनी बराच काळ व्यवसाय केला. पण, ते नंतर

तितके फायदेशीर ठरले नाही. ग्रॅहमच्या पद्धतीची उपयुक्तता संपली आहे हे साधारणपणे १९७०च्या सुमारास वॉरेन यांना जाणवले. त्यानंतर वॉरेन यांनी आपले धोरण बदलले व वेगळी रणनीती अवलंबिली. वैशिष्ट्यपूर्ण व्यवसाय माफक किमतीत घेणे व ती गुंतवणूक दीर्घ पल्ल्यासाठी ठेवणे, यातून त्या व्यवसायाची वृद्धी होते व मूल्य वाढते असे धोरण स्वीकारले. आधीच्या धोरणानुसार ते लक्षाधीश होऊ शकले. पण नंतरच्या धोरणामुळे तर ते कोट्यधीश झाले.

१५

संपत्तीसाठी एखाद्या व्यक्तीशी लग्न करणे हे योग्य नाही आणि त्यातून तुम्ही स्वत: श्रीमंत असताना संपत्तीसाठी लग्न करणे हा अतिशय मूर्खपणा आहे.

संपत्तीसाठी लग्न केले तर त्याचे परिणाम काय होतात किंवा काय त्रास भोगावे लागतात याची जाणकारांना कल्पना आहे. आपली आर्थिक स्थिती उत्तम असताना अशी तडजोड करण्याची आवश्यकताच नाही. ज्या व्यक्तीवर प्रेम आहे अशा व्यक्तीबरोबर लग्न करणे व नंतर पैसे कमावणे हे केव्हाही श्रेयस्कर. याच प्रकारे वॉरेन यांनी आपली पत्नी सुसीबरोबर विवाह केला व नंतर प्रचंड संपत्ती कमावली. जे जोडीदार एकत्र धनसंपदा कमावतात त्यांची साथही टिकून राहते. यदाकदाचित, ते एकत्र राहिले नाहीत तर ज्यासाठी झगडावे अशी संपत्ती तरी अमाप असते. (घटस्फोट या विषयावर वॉरेन यांनी काही भाष्य केलेले नाही.)

१६

देदीप्यमान यश मिळविण्यासाठी प्रचंड खटाटोप केला पाहिजे असे नाही.

गुंतवणुकीच्या माध्यमातून श्रीमंती कमावण्यासाठी एका रात्रीत किंवा झटपट यश मिळविण्याचा प्रयत्न करण्याची आवश्यकता नाही. दरवर्षी २००% नफा मिळविणे याऐवजी २०% नफा मिळविणे हे वॉरेन यांचे उद्दिष्ट आहे. दरवर्षी एक लाख डॉलर्स प्रतिवर्षी २०% दराने गुंतवल्यास २० वर्षांत आपल्याकडे तेवीस कोटी सत्तर लाख डॉलर्स जमा होतील. जिंकण्यासाठी सातत्य आवश्यक आहे. दरवर्षी १००% नफा कमविण्याच्या मागे लागून बरेच लोक खूप चुका करतात व दीर्घकालीन गुंतवणुकीकडे दुर्लक्ष करतात. अशा परिस्थितीमध्ये आपण सातत्य राखून दरसाल २०% नफा कमावणे खूप सोपे आहे.

१७

एखाद्या कंपनीने शेअर्स विकत घेणे म्हणजे त्या कंपनीचा एक भाग विकत घेण्यासारखे आहे.

सामान्यत: एखाद्या कंपनीचे रोखे विकत घेणारे लोक त्या कंपनीत काही अंशी भागीदारी किंवा मालकी स्वीकारीत आहेत, हे विसरतात. वॉरेन यांच्या दृष्टिकोनातून शेअर विकत घेणे म्हणजे त्या कंपनीची अंशत: मालकी घेणे आहे. या पद्धतीने आपण या अंशत: मालकीसाठी अवाजवी किंमत तर मोजत नाही ना, याची वॉरेन खात्री करून घेतात. कंपनीच्या दर शेअरची किंमत व एकूण सर्व शेअर्स यांच्या गुणाकारावरून त्या संपूर्ण व्यवसायाचे ते मूल्यमापन करतात. संपूर्ण व्यवसाय म्हणजे ती कंपनी विकत घेण्यास ही गुणाकाराने मिळालेली किंमत योग्य वाटल्यासच ते काही शेअर्स खरेदी करतात. सर्व शेअर्सची एकत्रित किंमत अवास्तव वाटल्यास एका शेअरची किंमतही अवाजवी आहे असे वॉरेन समजतात. शेअर बाजार जेव्हा तेजीमध्ये असतो तेव्हा हेच धोरण त्यांना सट्टेबाजारापासून दूर ठेवते. शेअर बाजारात लोकांचे लाडके व पसंतीचे शेअर्स ज्या किमतीत विकले जातात त्या किमतीअनुसार संपूर्ण कंपनी विकत घेणे योग्य ठरत नाही. म्हणजेच हे शेअर्स निष्कारण चढ्या भावाने विकले जातात.

१८

एखाद्या गटाशी चर्चा करण्यापेक्षा मी आरशात पाहून स्वत:बरोबरच विचारविनिमय करतो.

✷

वॉरेन यांचे विचार सर्वसामान्यांच्या विचारांपेक्षा वेगळे असतात त्यामुळे आपल्या कल्पनांना पुष्टी मिळवण्यासाठी ते कोणावर अवलंबून राहत नाहीत. गुंतवणुकीमधून मोठी कमाई करण्यासाठी तुम्ही स्वतंत्ररीत्या वेगळा विचार करायला पाहिजे. असा विचार करणारी व्यक्ती स्वत:वर पूर्ण अवलंबून राहणारी असावी लागते.

गुंतवणूक करार म्हणून आयुष्य काढीत असताना अगदी सुरुवातीपासून वॉरेन हे स्वतंत्र विचारसरणीचे होते. वॉलस्ट्रीट या शेअर बाजाराचा पगडा आपल्यावर नको म्हणून त्यांनी न्यू यॉर्कऐवजी ओमाहा येथे राहणे पसंत केले. बर्कशायर हॅथवे, अमेरिकन एक्स्प्रेस, वॉशिंग्टन पोस्ट, जनरल फूड्स, आरजेआर टोबॅको, जीको, वॉशिंग्टन पब्लिक पॉवर सिस्टिम्स अशा अनेक कंपन्यांचे रोखे जेव्हा इतर फारसे कोणी घेत नव्हते तेव्हा त्यांनी ते विकत घेतले. ज्या बॉन्ड्सना अजिबात कोणी विचारत नव्हते असे बॉन्ड्सपण त्यांनी खरेदी केले. यातील काही गुंतवणुकी अद्यापही तशाच आहेत व काहींची त्यांनी प्रदीर्घ कालांतराने विक्री केली. यातील प्रत्येक गुंतवणुकीतून व विक्रीतून त्यांनी अमाप संपत्ती मिळविली. या गुंतवणुकी करण्यापूर्वी जर त्यांनी शेअर बाजारातील लोकांचा सल्ला घेतला असता तर त्यांना या निर्णयापासून परावृत्त व्हावे लागले असते व कमाईची ही संधी गमवावी लागली असती.

१९

पन्नास हजार कोटी डॉलर्स एवढ्या प्रचंड उलाढालीच्या शेअर बाजारातील अमेरिकेमध्ये जर मी नफा कमावू शकत नसेन तर काही हजार मैलांवरील परदेशी ठिकाणी जाऊन मी कमाई करण्याचे कौशल्य दाखवीन, या म्हणण्यात काही अर्थ नाही.

परदेशी जाऊन गुंतवणूक करण्यासंबंधीचे वरील विचार वॉरेन यांचे असले तरी त्यानंतर दहा वर्षांनी त्यांनी परदेशातपण गुंतवणूक केली. २००३ साली पेट्रो चायना या तेलाच्या व्यवसाय करणाऱ्या कंपनीत त्यांनी ५० कोटी डॉलर्स गुंतवले. या कंपनीची ९० टक्के मालकी चीन सरकारकडे आहे. चीन सरकार व स्वत: वॉरेन या दोघांकडे या कंपनीचे नियंत्रण आहे, असे विनोदाने वॉरेन म्हणत असत. पेट्रो चायना ही जगातील उत्तम नफा कमवणारी चौथ्या क्रमांकाची कंपनी आहे. या कंपनीचे तेलाचे उत्पादन अमेरिकेतील एक्सॉनइतकेच आहे. अमेरिकन कंपनीच्या किमतीपेक्षा एक तृतीयांश एवढ्याच रकमेत वॉरेन यांनी पेट्रो चायनाचे सुमारे दहा टक्के समभाग विकत घेतले. वॉरेन यांनी खरेदी केल्यावर त्या कंपनीचे समभाग आजमितीस ४००% जास्त किमतीस मिळतात. वॉरेन यांच्या गुंतवणूक कौशल्याचे हे उत्तम उदाहरण आहे.

२०

तुम्ही अशा व्यवसायात गुंतवणूक करा की जो एखादा मूर्ख माणूसही चालवू शकेल. कारण, कदाचित कालांतराने एखादा मूर्खच कंपनीच्या प्रमुखपदी असेल.

काही व्यवसायांमध्ये पैसे कमावण्याची उत्तम क्षमता असते व काही व्यवसायांत अशी क्षमता कमी असते. गुंतवणुकीसाठी पहिल्या प्रकारचा व्यवसाय श्रेयस्कर असतो. कारण, त्यात नुकसान होण्याची धास्ती नसते. कोका कोला, बडवायझर, वॉल मार्ट, हर्वि, रिगलिन, एच अँड आर ब्लॉक अशा प्रकारच्याच कंपन्यांच्या शेअर्समध्ये वॉरेन यांनी गुंतवणूक केली. अशा कंपन्यांचे उच्च पदस्थ त्यांच्या व्यवसायाचे नुकसान करू शकत नाहीत. कंपनीच्या प्रमुखपदी एखादा मूर्ख जरी असला तरी त्यांचा व्यवसाय चांगला चालेल व तुम्हास योग्य परतावा मिळेल याची तुम्हाला खात्री असते. परंतु, खरेच जर एखाद्या कंपनीच्या प्रमुखपदी निर्बुद्ध माणूस असेल तर अशा कंपनीमध्ये आपण गुंतवणूक करू नये.

२१

प्रत्येक गुंतवणुकीमध्ये आपल्याकडील सर्व संपत्तीच्या किमान दहा टक्के रक्कम ठेवण्याचे आपल्याकडे धाडस व खात्री असावी.

काय होणार आहे हे माहीत असेल, तर त्याची आपल्याला खात्री असते. पण, काय व्हावे असे वाटते त्यावर विश्वास असतो. गुंतवणुकीमधून नफा कमावण्यासाठी आपण योग्य तेच करीत आहोत याची खात्री असावी लागते. जेव्हा गुंतवलेली रक्कम खूप मोठ्या प्रमाणात असते तेव्हाच वॉरेन यांच्याप्रमाणे उच्च प्रतीची खात्री बाळगता येते. अशा वेळी गुंतवणूक करण्यापूर्वी परिस्थितीवर संपूर्ण लक्ष केंद्रित करणे व सर्वांगीण अभ्यास व तयारी करणे अशी वृत्ती तयार होते. पण, फक्त आशावादी राहून गुंतवणूक केल्यास त्या तुमच्या प्रार्थनेस काही अर्थ नाही.

२२

चांगली सांपत्तिक स्थिती काही वेळेस तुम्हाला विशिष्ट वातावरणात घेऊन जाते. परंतु, त्यामुळे तुम्हाला किती लोकांचे प्रेम लाभते किंवा तुमची प्रकृती (शारीरिक व आर्थिक) कशी आहे, यात काही बदल होत नाही.

आपल्याकडे प्रचंड प्रमाणात संपत्ती असेल तरी आयुष्यात काही अडचणी व कष्ट प्राप्त होतात. आपल्याला गडगंज संपत्ती वारसाहक्काने मिळणार आहे हे माहीत असल्याने मुलेबाळे काम करीत नाहीत. त्यामुळे स्वकमाई करून जो स्वाभिमान उत्पन्न होतो तो त्यांच्यात येत नाही. परिणामी, मुलांच्या स्वभावात कटुता उत्पन्न होते व आपल्या वाट्याची संपत्ती कधी मिळणार, याचीच ते वाट पाहत राहतात. तुमच्याकडे अमाप संपत्ती असेल तर अवतीभोवती खुशमस्करे जमा होतात व आपल्या मोठेपणाविषयी भ्रामक कल्पना करून देतात. ज्यायोगे इतरांच्या दृष्टिकोनातून तुम्ही उतरता. अशा परिस्थितीत, तुम्ही आपल्या संपत्तीचे रक्षण करण्यात मग्न राहता व त्या पैशाचा योग्य विनियोग करीत नाही. आपले नोकर-चाकर, वकील, हिशोब व आर्थिक व्यवहार पाहणारे यांना तुमच्या पैशामध्ये रस असतो व त्यांचे उद्दिष्ट साध्य होणार नाही हे पाहण्यातच तुमचा सर्व वेळ जातो.

वॉरेन यांची अशी धारणा आहे की, जे लोक वारसाहक्काने संपत्ती मिळवितात ते आयुष्यात काहीच करीत नाहीत व अशा प्रकारचे अनेक धनवान जर उच्चभ्रू वर्गात असतील तर ते सामाजिक दृष्टीनेपण योग्य नाही. समाजामध्ये लोकांनी आपल्याला योग्यतेअनुसार आर्थिक कमाई केली असेल तरच देशाची प्रगती होते. ज्या समाजातून आपण संपत्तीची निर्मिती केली त्याचे ऋण फेडण्यासाठी वॉरेन यांनी ३२० कोटी डॉलर्सच्या देणग्या दानधर्म स्वरूपात दिल्या. समाजऋण फेडण्याचा हा उत्तम विचार सर्वच धनिकांनी मनाशी बाळगला पाहिजे.

व्यवसाय

२३

ज्या गोष्टीची सतत भरभराट होणार नाही, ती संपुष्टात येणारच.

एखाद्या शेअरची किंमत तेजीने वाढत असल्यास आर्थिक समीकरणे बदलतात तशी वाढ होत राहणार नाही. त्या शेअरची किंमत सतत वाढतच राहील असे वाटत असताना त्या कंपनीची प्रगती लोकांच्या उच्च अपेक्षांनुसार झाली नाही, तर शेअरची किंमत एका ठिकाणी स्थिर होईल व कालांतराने झपाट्याने खालीही येईल.

आज जे व्यवसाय उत्तम चालत आहेत ते काही काळानंतर तितके चांगले चालणार नाहीत. परिस्थितीमध्ये निश्चितच बदल होतो. फक्त, त्यात किती काळ लागेल याचा अंदाज नसतो. बग्गीचे चाबूक, व्हिडिओ प्लेअर, टाइपरायटर्सची विक्री व दुरुस्ती हे एका काळी तेजीत असलेले व्यवसाय होते. आता या गोष्टी इतिहासजमा झाल्या आहेत व त्या व्यवसायांत काहीच प्राप्ती नाही. गोष्टी अशा सतत बदलतात व आपल्याला परिस्थितीवर कायम लक्ष ठेवावे लागते व आगामी बदलांची चाहूल घ्यावी लागते.

आपण गुंतवणूक केलेल्या व्यवसायांमध्ये मंदी आल्याचे किंवा ते बंद झाल्याचा अनुभवही वॉरेन यांनी घेतला आहे. Blue chip stamps आणि World Book Encyclopedia ही याची दोन उदाहरणे आहेत. व्यवसायाच्या स्वरूपात सतत बदल होत असल्याने हे अनिवार्य होते व अशा परिस्थितीत या कंपन्यांना नफा कमवता येत नाही. अलौकिक बुद्धिमान व्यक्तीसही प्रसंगी आगामी काळाची पाउले ओळखता येत नाहीत.

२४

ज्या व्यवसायाची मूलभूत अर्थव्यवस्था योग्य नाही, असा व्यवसाय जर प्रतिष्ठित व चाणाक्ष व्यवस्थापनाच्या हातात असेल तर त्या व्यवसायाची प्रतिष्ठा टिकून राहते.

मूलभूत अर्थव्यवस्था योग्य असलेले उच्च प्रतीचे व्यवसाय कठीण परिस्थितीवरही मात करतात. सामान्य प्रतीचे व मूलभूत अर्थव्यवस्था अयोग्य असलेले व्यवसाय मात्र चाणाक्ष व्यवस्थापनासही टिकवून ठेवता येत नाहीत. उच्च प्रतीच्या व यशस्वी व्यवसायांमध्ये कंपनीकडे आर्थिक स्थिती चांगली असणे, कर्जाचा बोजा कमी किंवा शून्य असतो व अशी कंपनी संकटांवर मात करते व आर्थिक मंदीच्या काळातही यशस्वी होते. साधारण प्रतीच्या व्यवसायांकडे नेहमीच आर्थिक चणचण असते. ते कर्जबाजारी असतात. देणी भागवण्यात त्यांची तारांबळ उडते व ते अधिकाधिक संकटात सापडतात. व्यवस्थापन कितीही बुद्धिमान असले तरी मुळातच जर आर्थिक घडी चांगली नसेल तर असे व्यवसाय चांगला नफा कमावू शकत नाहीत.

२५

हिशोब ही व्यवसायाची भाषा आहे.

एखादा व्यवसाय कसा चालला आहे हे सांगणाच्या अनेक पद्धती आहेत. पण सरतेशेवटी, आपण हिशोब किंवा पैशाच्याच भाषेपाशी येऊन थांबतो. वॉरेन यांच्याशी व्यावसायिक संबंध असलेल्या एका व्यक्तीच्या मुलीने आपण कॉलेजमध्ये कोणता अभ्यासक्रम घ्यावा याचा सल्ला विचारला असताना त्यांनी सांगितले की लेखा अभ्यास अर्थातच अकाउंटिंग शिकावे. कारण, तीच व्यवसायाची भाषा आहे. एखाद्या कंपनीचा ताळेबंद Balance sheet समजण्यासाठी त्यातील आकडे व त्यांची पद्धत समजणे आवश्यक आहे. हे समजण्यासाठी लेखा-अभ्यास आवश्यक आहे. खेळाचे स्कोअर कार्ड कसे लिहायचे हे माहीत नसेल तर आपण स्कोअर मांडू शकत नाही. म्हणजे पर्यायाने कोण जिंकत आहे व कोण हरत आहे हे आपण सांगू शकणार नाही.

२६

संजीवनी दिलेले व्यवसायही क्वचितच तग धरतात.

✷

या जगात आर्थिक गणिते बेताचीच असलेले व्यवसाय माफक किमतीत उपलब्ध आहेत. चांगले व्यवसाय व योग्य किंमत यांच्या शोधात वॉरेन असतात आणि त्यापुढची पायरी म्हणजे उत्तम व्यवसाय व माफक किंमत असा व्यवहार शोधणे. पण, अशा संधी शोधणे अवघड असते. ज्या व्यवसायात उत्पन्न व नफा मर्यादित आहे असा व्यवसाय अगदी कमी किमतीत घेतला तरी तो व्यवहार फायद्याचा ठरत नाही. बाजारातील शेअरचे मूल्य बदलले तरी त्या व्यवसायाचे आर्थिक गणित बदलत नाही. जो व्यवसाय चांगला आहे तो चांगलाच राहील व त्याच्या उलट, जो व्यवसाय मुळातच किफायतशीर नाही तो चांगला ठरणारच नाही. ज्या व्यवसायात मर्यादा आहेत त्यातून उच्च प्रतीचा व्यवसाय निर्माण होऊ शकत नाही. फक्त परिकथेतच बेडकाचे रूपांतर राजपुत्रामध्ये होते. कित्येक प्रमुख कार्यकारी अधिकाऱ्यांना असे वाटते की व्यवसायांचे पुनरुज्जीवन करण्याची जादूची छडी त्यांच्याकडे आहे. पण, त्यांनी हाताळलेले ९५% व्यवसाय अयशस्वीच राहतात व ज्या ५% व्यवसायांची भरभराट होते ते मुळातच चांगले असतात. मुळातच जो व्यवसाय फायदेशीर नाही तो कितीही कमी किमतीत मिळाला तरी व्यवस्थापन कौशल्य व अर्थसंपदा यांचा उपयोग चांगला व्यवसाय व योग्य किंमत यास जास्त परिणामकारक असतो. आर्थिक गणित योग्य नसलेल्या काही व्यवसायांचा अनुभव घेतल्यावर त्यापासून दूर राहणेच वॉरेन यांनी पसंत केले.

२७

जर कंपनीचा व्यवसाय चांगला चालत असेल तर त्यापाठोपाठ कंपनीच्या शेअरची किंमतही चांगली असते.

कंपनीचा व्यवसाय व नफा जर सातत्याने व दीर्घ काळ चांगला असेल, तर परिणामसदृश भाग म्हणून शेअर्सची किंमतही वाढते व त्यातून कंपनीची मूल्यवृद्धी निदर्शनास येते. हे शेअर बाजारातील अंगभूत तत्त्व आहे व यावरच वॉरेन विसंबून असतात. त्याचप्रमाणे जर कंपनीचा व्यवसाय व नफा प्रदीर्घ काळ समाधानकारक नसेल तर शेअर्सची किंमत कमी होते व कंपनीच्या मूल्यात घट होते. कंपनीच्या दीर्घकालीन मूल्यावरून कंपनीची परिस्थिती चांगली आहे की वाईट हे समजते. इंटरनेटच्या क्षेत्रातील व्यवसाय करणाऱ्या कंपन्यांच्या शेअर्सच्या किमती शेअर बाजारात तेजी असताना गगनाला भिडल्या होत्या; पण, कालांतराने या कंपन्यांची अर्थप्राप्ती व नफा यांत घट होत गेल्यावर शेअर्सची किंमतही गडगडली. यास अनुसरूनच जेव्हा शेअर बाजारात मंदी असते तेव्हा चांगल्या कंपन्यांच्या शेअर्सची किंमतही कमी होते; परंतु, व्यवसायवृद्धी करण्याची या कंपन्यांची क्षमता लक्षात येताच किंमत परत वर जाते.

एखाद्या कंपनीच्या शेअर्सची किंमत कमी होत असेल तर त्या कंपनीचा व्यवसाय मूलभूतरीत्या चांगला आहे की नाही याची खात्री करून घ्या. जर व्यवसायाच्या चांगलेपणाची खात्री असेल व प्रत्यक्षातही कमाईमध्ये वाढ होत असेल, तर कालांतराने शेअर्सची किंमतही वधारेल. शेअर्सच्या किमतीत वाढ होण्यासाठी कंपनीचा व्यवसाय चांगला चालणे अत्यावश्यक आहे आणि त्यासाठी मुळातच कंपनीचा व्यवसाय उत्कृष्ट दर्जाचा असणे जरुरी आहे. द वॉशिंग्टन पोस्ट कंपनी, कोका कोला, डिस्ने, अमेरिकन

एक्स्प्रेस, जनरल फूड्स, वेल्स फारगो, इंटर पब्लिक ग्रूप आणि जिको अशा नामवंत कंपन्यांचे शेअर्स जेव्हा वॉरेन यांनी विकत घेतले तेव्हा या कंपन्यांच्या व्यवसाय वृद्धीची व नफा कमावण्याची क्षमता चांगली होती. परंतु, कंपनीतील अडचणी, ज्यांचे कंपनीने लगेच निराकरण केले अशा प्रसंगी किंवा उद्योगातील व शेअर बाजारातील मंदी या कारणाने शेअर्सची किंमत काही काळासाठीच घसरलीही होती. यातील प्रत्येक कंपनीचे दीर्घकालीन अर्थशास्त्र उत्तम असल्याने शेअर्सच्या किमतीत भरपूर प्रमाणात वाढ झाली.

२८

आपल्या नोकरीच्या कारकिर्दीची योजना करणे म्हणजे गुंतवणूक करण्यासारखेच आहे. मग त्यात कितीही अडचणी आल्या तरी बेहत्तर. योग्य कंपनीची निवड केली तर आपले कष्ट कमी होतील व नोकरीत अर्थप्राप्तीही चांगली होईल.

ज्याप्रमाणे कोणत्या प्रकारच्या व्यवसायात गुंतवणूक करावी याचा अभ्यास करावा लागतो त्याचप्रमाणे कोणत्या कंपनीमध्ये नोकरी करावी, याचाही विचार करावा लागतो. ज्या कंपनीचा भविष्यकाळ उज्ज्वल नाही, अशा कंपनीत नोकरीत आपली प्रगती मर्यादितच राहते. कारण, कंपनीस चांगली अर्थप्राप्ती होत नाही. वेतन कमी मिळेल, पगारवाढ वेळोवेळी होणार नाही व झालीच तर माफक असेल, खर्चाचे प्रमाण कमी करण्यात व्यवस्थापनात वारंवार भाग पडावे लागेल व त्यामुळे कदाचित नोकरी गमावण्याचीही वेळ येईल.

उलटपक्षी, ज्या कंपनीची आर्थिक भरभराट निश्चित आहे अशा कंपनीकडे पैशाची मुबलकता असेल. अशा कंपनीमध्ये पगार चांगले असतील व चांगले काम करण्याचे फळ म्हणून घसघशीत पगारवाढ व बढतीही मिळेल. कंपनीकडे मुबलक प्रमाणात अर्थसंचय असल्याने नोकरीमध्ये प्रगतीच्या अनेक संधी उपलब्ध होतील.

ज्या कंपनीची अर्थप्राप्ती उत्तम आहे, नफा चांगला आहे; अशा कंपनीत काम करणे श्रेयस्कर. याउलट, कमी उत्पन्न व आर्थिक तोटा असणाऱ्या कंपनीपासून दूरच राहावे. यातील पहिला प्रकार म्हणजे प्रथम श्रेणीच्या डब्यातून छानशा ठिकाणी होत असलेला रेल्वेप्रवासासारखा आहे व दुसरा प्रकार म्हणजे मालगाडीतून वाळवंटासारख्या ठिकाणी जाण्यासारखे आहे.

२९

व्यवसाय यथातथा चालत असेल तर अकार्यक्षम व्यवस्थापन हिशोबाचा गडबड-घोटाळा करण्यास प्रवृत्त होते.

अप्रामाणिक व्यवस्थापनाकडून व्यवसायात अडचणी असतील तेव्हा हिशोबात गफलत करण्याकडे कल असतो. खोटे उत्पन्न दाखवले जाते. असे करणे खूपच सोपे असते. उदाहरणादाखल एखादी कंपनी आपले काही खर्च हे भागीदारीतील गुंतवणूक म्हणून दाखवतात व त्याच पैशातून भागीदाराकडून मोबदला फी-स्वरूपात घेऊन ते उत्पन्न आहे असे दाखवले जाते. लेखणीच्या जोरावर म्हणजेच हिशोबात फेरफार करून खर्च कमी व उत्पन्न जास्त दाखवले जाते. परिणामस्वरूप, भागधारक व शेअर बाजार खूश असतात व शेअरची किंमत वाढत जाते. हे सर्व करणाऱ्या अधिकाऱ्यास लक्षावधी डॉलर्सचा बोनस मिळतो व कंपनीच्या अध्यक्षाकडून कौतुकही होते. आपल्याला या प्रकारामध्ये एन्रॉन ही कंपनी होती हे माहीतच आहे. पण, अशा बऱ्याच कंपन्या आहेत.

३०

काही कंपन्यांना व्यवसायवृद्धीसाठी मोठ्या प्रमाणावर भांडवली गुंतवणूक करणे आवश्यक असते, तर काही कंपन्यात अर्थप्राप्ती अशा गुंतवणुकीशिवायही वाढत राहते. या दोन प्रकारच्या कंपन्यांमध्ये खूप मोठा फरक आहे.

वर दिलेल्या दोन प्रकारांतील दुसऱ्या प्रकारच्या कंपनीत दीर्घ काळासाठी गुंतवणूक करणे हेच वॉरेन यांच्या यशाचे रहस्य आहे. आपण ज्या कंपनीचे शेअर्स खरेदी केले आहेत त्या कंपनीस जर व्यवसायात वाढ करण्यासाठी वारंवार भांडवल गुंतवणुकीत वाढ करावी लागत असेल तर त्या कंपनीच्या शेअर्सची किंमत फारशी वाढणार नाही. कारण, सतत होणारी भांडवल गळती, आपण उत्पादन करीत असलेल्या विविध वस्तूंच्या रचनेत बदल करण्याची आवश्यकता जर दर चार पाच वर्षांनी भासत असेल व त्यासाठी लक्षावधी डॉलर्स खर्च होत असतील, तर त्याच रकमेचा विनियोग व्यवसायवृद्धीसाठी, नवीन व्यवसाय सुरू करण्यासाठी किंवा बाजारातून आपले शेअर्स खरेदी करण्यासाठी करता येणार नाही. परंतु, एखाद्या व्यवसायात वारंवार भांडवलवाढ करण्याची आवश्यकता नसल्यास उपलब्ध रकमेचा वापर जास्त योग्य प्रकारे करता येतो ज्यायोगे भागधारकाचे प्रतिशेअरचे उत्पन्न वाढते व परिणाम कंपनीच्या शेअर्सची किंमत बाजारात वाढते. याच कारणास्तव रिग्लीज आणि कोका कोलासारख्या कंपन्यांना वॉरेन पसंती देतात व जनरल मोटर्स अथवा इंटेलसारख्या कंपन्यांना प्राधान्य देत नाहीत. रिग्लीज व कोका कोला या कंपन्यांना आपण उत्पादन करीत असलेल्या वस्तूंमध्ये फारसे बदल करावे

लागत नाहीत व कारखान्यामध्येही बदल करावे लागत नाहीत. ज्यायोगे त्यांच्याकडे अतिरिक्त रक्कम शिल्लक राहते व तिचा उपयोग कंपनीचे शेअर्स परत खरेदी करण्यासाठीही करता येतो. याउलट, जनरल मोटर्स किंवा इंटेलसारख्या कंपन्यांना उत्पादनात वारंवार बदल करावे लागतात. नवी रचना करावी लागते व उत्पादनाच्या साधनांमध्येही बदल करावे लागतात ज्यासाठी मोठ्या प्रमाणावर खर्च करणे आवश्यक होते. असा खर्च करणे जर या कंपन्यांनी थांबवले तर प्रतिस्पर्धी त्यांच्यावर मात करतील व कंपनी डबघाईस येईल. ज्या कंपनीच्या व्यवसायासाठी वारंवार भांडवल गुंतवावे लागते त्या कंपनीच्या शेअर्सपासून मोठ्या प्रमाणावर फायदा होणार नाही. उलटपक्षी, जर कंपनीस वारंवार अधिक भांडवल लागत नसेल तर त्या शेअर्सपासून सतत चांगली कमाई होत राहील.

३१

कठीण परिस्थितीमध्ये एका समस्येतून बाहेर पडताच दुसरी समस्या समोर उभी ठाकते. स्वयंपाकघरात कधी एकच झुरळ असत नाही, संकटांची जणू मालिकाच येते.

ज्या व्यवसायात मूलभूत अर्थकारण बेताचे आहे त्या व्यवसायात प्रगती होत नाही व अशा ठिकाणी गुंतवणूक करणे किफायतशीर ठरत नाही. व्यवसायात जर प्रचंड स्पर्धा असेल तर नफ्याचे प्रमाण अत्यल्प असते व जेथे उत्पादन केले जाते त्या कारखान्यात नवनवीन यंत्रसामग्रीची आवश्यकता भासते; कारण, त्याशिवाय स्पर्धेत टिकून राहता येत नाही. नवीन संशोधन व विकासकामांसाठी खर्च करावा लागतो. उदा., एखाद्या मोटारी बनवणाऱ्या कारखान्यात नवीन व वेगळी मॉडेल बनवण्यासाठी प्रचंड खर्च करून वेगळी यंत्रे व साधने लागतात. असे करताना जर नवीन उत्पादनासंबंधीचे अंदाज चुकल्यास कंपनी डबघाईस येऊ शकते. व्यवसायवृद्धी, नवीन व्यवसाय किंवा आपले रोखे बाजरातून परत विकत घेणे या कारणांसाठी पैसे उपलब्ध होत नाहीत. माफक विक्री, अल्प नफा अशा समस्या सतत उभ्या असल्याने खर्चास कात्री लावण्याची कायम आवश्यकता भासते. त्यातच भर म्हणून जेथे कामगारांचे वेतन कमी आहे अशा परकीय देशांमधून जर स्पर्धा निर्माण झाली तर व्यवसाय सध्याच्या स्वरूपात चालू ठेवणे आणखीनच बिकट होते. दीर्घ मुदतीची गुंतवणूक करताना अशा स्वरूपाच्या कंपन्यांपासून दूरच राहावे. अशा कंपन्यांचे रोखे फुकट जर मिळत असतील तरीही वॉरेन त्यापासून चार हात लांबच राहतात.

३२

मालाची किंमत कमी करून विक्रीची किंमत वाढविता येते; पण, मालाची किंमत परत वाढवणे खूप कठीण असते.

काही वस्तूंनी आपल्या मनात छान प्रकारे घर केलेले असते. विशिष्ट वस्तू पाहिजे असल्यास काही ठरावीक ब्रँडची नावे आपल्या डोळ्यांसमोर येतात. क्लीनेक्स, टॅम्पॅक्स, विंडेक्स, स्निकर्स, रिग्लीज, डिस्नी व कोका कोला अशा नावांनी आपल्या मनावर अधिराज्य केलेले असते. ही नावे आपल्या मनावर ठसलेली असतातच; पण, त्याशिवाय त्यांच्याकडून आपल्या अपेक्षाही उंच असतात. ग्राहकास हवे असणारे समाधान या ठरावीक ब्रँडकडून मिळत असल्याने त्याचे उत्पादनकर्ते चांगली किंमत विक्रीसाठी ठरवू शकतात. अशा रीतीने ग्राहकाच्या प्रथम पसंतीस उतरण्यासाठी उत्पादन करणाऱ्या कंपन्या प्रचंड प्रमाणात खर्चही करतात.

परंतु, एखाद्या निर्मात्याने अधिक नफा कमावण्यासाठी मालाच्या दर्जामध्ये तडजोड केली तर ती वस्तू ग्राहकाच्या मनातून उतरण्याचा मोठाच धोका असतो. याची अनेक उदाहरणे आपण पाहिली आहेत. आपल्या पसंतीच्या वस्तूचा दर्जा जर निर्मात्याने कमी केला तर आपण ती वस्तू किंवा ब्रँड वापरणे बंद करतो. असे घडल्यावर त्या निर्मात्यास गेलेली प्रतिष्ठा परत मिळवणे अवघड असते; कारण, ग्राहकाने घेतलेला वाईट अनुभव त्याच्या मनात कायम असतो.

३३

एखाद्या तरुणास लैंगिक सुखाचा उपभोग घेण्याचा सल्ला त्याच्या वडिलांनी दिल्यास तो ज्या उत्साहाने प्रतिसाद देईल तशाच उत्साहाने कंपनीचे मुख्य कार्यकारी अधिकारी एखादा करार किंवा व्यवहार करण्यास त्यांच्या सल्लागारांनी प्रोत्साहित केले तर कार्यरत होतात. या दोन्ही उदाहरणांमध्ये प्रोत्साहन आवश्यक नसतेच.

*

ब्लेझ मास्कल या फ्रेंच गणिती व तत्त्ववेत्याच्या मते माणसांच्या सर्व दु:खांचे कारण म्हणजे त्यास एकटे व स्वस्थ बसता येत नाही. प्रमुख कार्यकारी अधिकारीही स्वस्थ बसत नाहीत, व्यवहार-करारमदार करणे ही त्यांची सहज प्रवृत्ती असते. शेअर बाजारात असे व्यवहार करून आपण सतत कार्यरत आहोत असा आभास ते निर्माण करतात व स्वत:च्या गलेलठ्ठ वेतनाचे समर्थन करतात. आहेत त्याच अडचणींवर मात करण्यापेक्षा नवीन संकटात सापडणे सोपे असते. या प्रवृत्तीस आळा घालण्यासाठी नवीन कंपन्या किंवा रोखे विकत घेताना ज्या कंपन्या स्पर्धात्मक वातावरणात टिकाव धरू शकतील अशाच कंपन्यांमध्ये वॉरेन गुंतवणूक करतात. या कंपन्यांची आर्थिक घडी मुळातच चांगली असल्याने त्यातील गुंतवणुकीवर कमाई चांगली होते व सातत्याने चांगला लाभांश मिळत राहतो. ज्या कंपन्या याच्या उलट प्रकारात असतात अशांना वॉरेन व्यापारी वस्तू समजतात व त्या कंपन्यातील गुंतवणुकीवर कमाई मर्यादित असते, लाभांश कमी असतो व त्यात सातत्य नसते वॉरेन यांच्यामते बहुतांश कंपन्या 'व्यापारी वस्तू' (Commodity) या

प्रकारात असल्याने, ज्या अशा नाहीत त्या निवडणे त्यांना सोपे जाते. गुंतवणूक करण्यायोग्य कंपन्या दिसताक्षणीच, म्हणजेच संधी येताच वॉरेन त्यात गुंतवणूक करतात. आपल्याला काय हवे आहे याची त्यांना परिपूर्ण जाण असते.

३४

ज्या शेअर्समुळे आपले नुकसान झाले आहे त्याच शेअर्समधून आपण परत नफा मिळविला पाहिजे असे नाही.

✷

शेअर बाजारात नव्याने गुंतवणूक करणारे लोक ज्या शेअर्समुळे नुकसान झाले आहे त्यातच परत परत गुंतवणूक करतात. कारण, त्यांची समजूत अशी असते की कसिनोमधील जुगारात जसे नशीब बदलणे शक्य असते तसे शेअर बाजारात होईल. कसिनोमध्ये जसा नशिबाचा भाग आहे तसे शेअर बाजारात होत नाही. त्यातील धोके वेगळेच असतात. वेगवेगळ्या कंपन्यांच्या शेअर्समधील फायदे व तोटे वेगवेगळे असतात. कंपनीचा दर्जा व त्या दर्जासाठी आपण मोजलेली शेअर्सची किंमत यावर संभाव्य परिणाम अवलंबून असतात. चांगल्या दर्जाच्या कंपनीत गुंतवणूक करण्यात धोका कमी असतो व चांगल्या व्यवसायाच्या कंपनीच्या शेअर्ससाठी जर माफक किंमत दिली असेल तरसुद्धा त्यात नुकसानीचा धोका कमी असतो. अनेकदा चांगल्या दर्जाच्या कंपनीचे शेअर्स चढ्या भावाने उपलब्ध असतात व अशी गुंतवणूक करणे फारसे फायद्याचे ठरत नाही. परंतु, शेअर बाजारात काही अनैसर्गिक घटना घडतात व चांगल्या कंपनीचे शेअर्सपण कमी किमतीत मिळतात. अशा परिस्थितीत उत्तम व त्वरित कमाई होऊ शकते. कमी प्रतीच्या कंपनीचे शेअर्स चढ्या भावात असतील तर त्यापासून दूरच राहावे; कारण, अशा व्यवहारातच नुकसान खूप मोठे होते. कंपनीचा व त्यांच्या व्यवसायाचा दर्जा कमी प्रतीचा व शेअर्सची किंमत जास्त असेल तर त्यापासून दूर राहावे व याच्या उलट परिस्थिती जेव्हा असेल त्याचा जरूर लाभ घ्यावा. प्रत्येक कंपनीचा शेअर हा अभ्यासाचा वेगळा विषय आहे. त्यातील नफा व तोटा यांची

गणिते शेअर बाजारातील कंपनीच्या शेअर्सच्या किमतीअनुसार बदलत असतात. आपण हे गणित जेव्हा आपल्या फायद्याचे आहे अशा योग्य संधीची वाट पाहणे आवश्यक असते व अशा संधी येताच त्यामध्ये मोठी गुंतवणूक करणे योग्य ठरते. कसिनोमधील जुगारात फायदा होईल याची काहीच शाश्वती नसते; पण, शेअर बाजारात मात्र काही वेळा हमखास भरपूर कमाई होते. अशा हमखास नफ्याच्या योग्य संधी शोधणे व त्यात गुंतवणूक करणे हेच वॉरेन यांचे खास वैशिष्ट्य आहे.

३५

आगामी दहा-पंधरा वर्षांनंतरही ज्या कंपन्यांचा व्यवसाय कसा असेल याचा अंदाज येईल अशाच कंपन्या मी निवडतो. रिग्लीज या चुइंगमचे उदाहरण घ्या. इंटरनेट क्रांती झाली तरी चुइंगम खाण्याच्या लोकांच्या सवयीत व पद्धतीत फरक पडणार नाहीत.

शाश्वत दर्जा व वारंवार मूलभूत बदल करण्याची आवश्यकता नाही, अशा उत्पादनापासून कमाईही शाश्वत असते. ज्या कंपन्यांच्या उत्पादनांमध्ये बदल आवश्यक नाही अशा कंपन्यांना संशोधन व विकास यासाठी खर्च करावा लागत नाही व बदलत्या फॅशनचाही त्याच्यावर परिणाम होत नाही. बिअर, शीतपेय, चघळण्याच्या गोळ्या (कँडी) यांच्याकडे पहा. बडवायझर बिअर, कोका कोला व रिग्लीज या कंपन्या शंभर वर्षांपेक्षा जास्त काळ त्यांच्या उत्पादनात काही फरक न करता विकत आहेत. आणखी पंधरा वर्षांनंतर या कंपन्या कशाची विक्री करीत असतील याचे जर आपण भवितव्य सांगू शकत असाल तर आपणही वॉरेन बफे होऊ शकाल.

वॉरेन यांचे गुरू

३८

काही वर्षांपूर्वी कोणीतरी झाड लावले असेल त्याच्या सावलीत आज कोणीतरी बसू शकते.

बेंजामिन ग्रॅहम या आपल्या गुरूकडून गुंतवणुकीचे धडे घेतले नसते तर आपल्या आजोबांच्या किराणा मालाच्या दुकानातच वॉरेन विक्रेते म्हणून राहिले असते. कदाचित, या किराणा सामानाच्या दुकानदारीतून वॉरेन बाहेर पडलेही नसते. पण, एखाद्या उत्तुंग व्यक्तिमत्त्वाच्या व्यक्तीच्या सान्निध्यात राहून एखाद्याच्या अंगी चातुर्य येऊ शकते. मात्र, अशा योग्य व्यक्तीची गुरुस्थानी निवड करणे आवश्यक असते. बेंजामिन ग्रॅहम हे वॉल स्ट्रीट या शेअर बाजारातले तज्ज्ञ वॉरेन यांना गुरू म्हणून लाभले. 'मूल्यवर्धीसाठी गुंतवणूक' या विषयावर एक अभ्यासक्रम बेंजामिन यांनी विकसित केला होता व न्यू यॉर्क येथील कोलंबिया विद्यापीठात ते हा अभ्यासक्रम शिकवीत असत. वॉरेन यांनी हा अभ्यासक्रम पूर्ण केला. बिल रुआन हे वॉरेन यांचे एक सहपाठी होते व ते सांगतात की वॉरेन व ग्रॅहम यांच्यामध्ये चर्चेच्या वेळी तीव्र मतभेदही असत. हा अभ्यासक्रम पूर्ण केल्यावर वॉरेन यांनी बेंजामिन ग्रॅहम यांच्या गुंतवणूक कंपनीत काम केले. त्यानंतर वॉरेन यांच्या प्रचंड यशाच्या अनेक आख्यायिका तयार झाल्या.

३७

आतल्या गोटातील बातम्यांवरच अवलंबून राहिल्यास शेअर बाजारात एका वर्षभरात लाखाचे बारा हजार होऊ शकतात.

आतील गोटातील बातमी तुमच्यापर्यंत येते तोपर्यंत इतर अनेक लोकांनी त्यावर अवलंबून व्यवहार केलेले असतात. त्यामुळे तुम्हाला त्याचा लाभ होईलच असे नाही. अंतस्थ बातमीवर विसंबून व्यवहार करणे हा कायद्याने गुन्हा आहे. ओमाहासारख्या ठिकाणी अशा अंतस्थ बातम्या पसरविणारे कोणी वॉरेन यांच्या जवळपास नव्हते. बऱ्याचदा बेइमान लोकच अशा खोट्या अफवा पसरवितात व शेअर्सच्या किमती वर गेल्यावर स्वत:कडचे शेअर्स विकून नफा कमवितात. आकर्षक वाटणाऱ्या अंतस्थ बातम्या येतात. १९२०च्या काळातील प्रसिद्ध गुंतवणूकदार बर्नार्ड बरुच संबंधित कंपनीचे शेअर्स विकून टाकत. अशा बातम्यांवर विश्वास न ठेवल्यानेच त्यांच्या अंतकाळी बरुच हे अतिश्रीमंत होते.

३८

गुंतवणूक क्षेत्रातील जाणकार बेन ग्रॅहम व फिल फिशर यांचे लेख वाचा, कंपन्यांचे वार्षिक अहवाल वाचा; पण, त्यातील अनाकलनीय गोष्टींच्या मागे लागू नका.

✷

ज्या कंपन्यांच्या शेअर्सची किंमत भविष्यकाळात वाढायची शक्यता आहे असे शेअर्स कमी किमतीत असताना विकत घ्यावेत ही बेन ग्रॅहम यांची शिकवण होती. शेअर्स कमी किमतीत घेतले असल्याने यदाकदाचित पुढे काही आपत्ती आल्यास आपण सुरक्षित असतो. फिल फिशर यांच्या मते, उच्च दर्जाच्या कंपनीचे शेअर्स विकत घेऊन ते दीर्घ मुदतीसाठी स्वत:कडे ठेवावेत. असे केल्याने कंपनीच्या चांगल्या नफ्याचा परिणाम होऊन शेअर्सची किंमत खूप वाढते. वॉरेन यांनी या दोन्ही शिकवणुकींचा मिलाप केला व स्वत:ची रणनीती ठरवली. ज्यायोगे ते चांगल्या कंपन्यांचे शेअर्स कमी किमतीत घेत व दीर्घ काळ स्वत:कडे ठेवत. या पद्धतीने त्यांची कमाई दोन अधिक दोन, बरोबर पाच- अशा स्वरूपात होत असे. परिणामी, आपले गुरू बेन व फिल यांच्याहीपेक्षा अधिक कमाई वॉरेन यांनी केली. बेन व फिल यांच्या मार्गदर्शनाचा फायदा ज्यांना झाला नाही असे लोक मात्र शेअर बाजारातील अनाकलनीय गोष्टींच्या मागे लागत असत.

३९

मी चांगला व्यापारी आहे, त्यामुळे चांगला गुंतवणूकदार आहे. तसेच चांगला गुंतवणूकदार असल्याने मी व्यापारही चांगला करू शकतो.

हुशार व्यापाऱ्यास कोणता व्यवसाय चांगला व कोणता वाईट याची जाण असते. त्याचप्रमाणे एखादा व्यवसाय स्वस्तात मिळतोय का अवाजवी किंमत आकारतोय, याचीही जाण हुशार गुंतवणूकदारास असते. उत्तम गुंतवणूकदारास चांगला व्यवहार व खराब व्यवहार यांतील फरक समजला पाहिजे. तसेच, एखादा धंदा किंवा व्यवसाय विकत घेताना हुशार गुंतवणूकदाराप्रमाणे आपण मोजत असलेली किंमत स्वस्तातील आहे की महागात पडत आहे हे माहीत असावे लागते. व्यापार व गुंतवणूक या दोन्हींमधील चतुराई असेल तर तुम्ही लक्षाधीश व कोट्यधीश होऊ शकता. म्हणाल तर हे इतके सोपे किंवा अवघड आहे.

आपल्या गुंतवणूक करण्याच्या उमेदीच्या काळात कंपनीची उत्पादने काय आहेत ह्यापेक्षा कंपनीची आर्थिक परिस्थिती व गतकाळातील नफा-तोटा याचाच जास्त विचार वॉरेन करीत असत. त्यांचे गुरू ग्रॅहम यांच्या मते, कंपनीच्या ताळेबंदामधील आकडेच खूप बोलके असतात. कोका कोलासारख्या कंपनीचा भविष्यकाळ हमखास उज्ज्वल असतो. अशी कंपनी व कापड विकणारी कंपनी यांत ग्रॅहम फरक करीत नसत. किराणा माल व कापड अशा व्यवसायात झगडत असताना वॉरेन यांच्या लक्षात आले की कोका कोलासारख्या कंपन्या स्पर्धात्मक आव्हान सहज पेलू शकतात व उत्तम नफा कमावितात. स्वस्तात मिळत असल्यास ग्रॅहम कोणत्याही कंपनीचे शेअर्स खरेदी करीत असत. कोका कोलासमान

ग्राहकोपयोगी वस्तू बनवणाऱ्या कंपन्या या त्यांचे शेअर्सच वॉरेन खरेदी करीत. कारण, त्या स्पर्धेत यशस्वी होतात. असे व्यवसाय किंवा शेअर्स स्वस्तात मिळायची वाट न पाहता जर रास्त किमतीत मिळत असतील तर ते घ्यायचे व दीर्घ मुदतीपर्यंत आपल्याकडे ठेवायचे- या प्रकारे वॉरेन यांनी अमाप संपत्ती मिळवली.

४०

व्यवहाराची वा गुंतवणुकीची जुनी तत्त्वे कालबाह्य होतात.

आपले गुरू ग्रॅहम यांच्याकडून शिकलेली तत्त्वे व नियम आता कालबाह्य झालेत, असे काही काळाने वॉरेन यांच्या ध्यानात आले. कंपनीच्या व्यवसायाच्या स्वरूपाकडे जास्त लक्ष न देता जर शेअर स्वस्तात मिळत असतील तर ते विकत घ्यायचे असे ग्रॅहम यांचे धोरण होते. या पद्धतीने १९४० व १९५०च्या दशकात यश मिळाले. पण, इतरही अनेक गुंतवणूकदार याच धोरणाचा अवलंब करू लागल्याने ज्या शेअर्समधून चांगला नफा होईल असे शेअर्स शोधणे कठीण झाले. हे ध्यानात येताच वॉरेन यांनी आपल्या धोरणात आमूलाग्र बदल केला. स्पर्धात्मक आव्हानात टिकाव धरू शकणाऱ्या चांगल्या कंपन्यांचे शेअर्स वाजवी किमतीत विकत घेण्याचे धोरण त्यांनी स्वीकारले. या कंपन्यांचा व्यवसाय व नफा वाढतच असे व त्यांच्या शेअर्सची किंमतही सतत वाढत असे. या पद्धतीने वॉरेन यांच्या श्रीमंतीत खूप वाढ झाली.

वरील नवीन धोरणाचे उत्तम उदाहरण म्हणजे वॉरेन यांनी केलेली कोका कोला कंपनीच्या शेअर्समधली गुंतवणूक. शेअर खरेदी करताना प्रतिशेअर कमाईच्या Price Earnings Ratio वीस पट किंमत त्यांनी मोजली. ग्रॅहम यांच्या जुन्या गणितानुसार ही किंमत अवाजवी आहे असे वाटून पूर्वीच्या धोरणाच्या वॉरेननी ही गुतवणूक केली नसती. परंतु, आपल्या नवीन धोरणानुसार ही किंमत वाजवी होती व परिणाम म्हणून वॉरेन या धोरणाने कोट्यधीश झाले. आवश्यक असेल तेव्हा धोरणात मूलभूत बदल करण्यासारखा कायाकल्प करणे फायदेशीर ठरते.

४१

कित्येक लोकांची पसंती असलेले शेअर्स खरेदी करण्यासाठी खूप मोठी किंमत मोजावी लागते.

एखाद्या कंपनीचा शेअर मायक्रोसॉफ्टच्या शेअरसारखा होण्याची शक्यता आहे, अशी जर सर्वसंमती असेल तर त्याच्या खरेदीची किंमतही खूप मोठी असते. त्यामुळे भविष्यकाळात त्यातून फायदा होण्यापेक्षा नुकसान होण्याची शक्यताच जास्त असते. ज्या शेअरकडे फारसे खरेदीदार पाहात नाहीत अथवा गुंतवणूक क्षेत्रातील कंपन्यांचा तो पसंतीचा नाही; पण, भविष्यकाळ ज्या कंपनीचा उज्ज्वल आहे अशा कंपनीच्या शेअरच्या आपण शोधात असावे. कारण, तो अशा वेळी माफक किमतीत मिळू शकतो. ज्या शेअरची किंमत सध्या वर आहे ती खाली येईल व सध्या कमी असलेली किंमत शेअर बाजारात वर जाईल, हे तत्त्व ग्रॅहम सतत ठासून सांगत असत. ज्या शेअरची किंमत वर जायची शक्यता आहे अशा शेअरसाठी किमान मूल्य देऊन ते विकत घेण्यात आपल्याला रस असावा. ज्या शेअरची किंमत खूप आहे व ती खाली कोसळायची शक्यता आहे अशा शेअरकडे आपण दुर्लक्ष करावे.

शिक्षण

४२

उत्तम गुंतवणूकदार होण्यासाठी जर कॅलक्युलस व बीजगणित करता येणे आवश्यक असेल तर मला वृत्तपत्र विक्रेता व्हावे लागले असते.

✷

वॉरेन यांच्या मते, उत्तम गुंतवणूकदार होण्यासाठी गणितामधील आवश्यक ज्ञान म्हणजे बेरीज, वजाबाकी, गुणाकार, भागाकार, टक्केवारी व संभाव्यता. फ्रेंच लोकांच्या मते, यापेक्षा अधिक ज्ञानाचा उपयोग नाही व कमी ज्ञान असेल तर गुंतवणुकीचे क्षेत्र तुमच्यासाठी नाही.

४३

आपले धोरण आपणच ठरवावे लागते. बुद्धिमान लोकही फारसा विचार न करता इतरांची नक्कल करतात याचे मला फार आश्चर्य वाटते.

अनेक हुशार लोकांना असे वाटते की, इतरांचे अनुकरण करून आपण शेअर बाजारात खूप कमाई करू शकू. गुरुजनांचे अनुकरण करावे, अशा शिक्षणामुळे अशी वृत्ती तयार होते. शेअर्स बाजारात गुंतवणूक करण्याचे तंत्र म्हणजे अधिकांश लोकांचे अनुकरण करणे असा समज आहे. लोकप्रिय नसलेल्या वस्तूपेक्षा लोकप्रिय वस्तू विकणे सोपे असते. गुंतवणुकीच्या माध्यमातून पैसे कमविणे हा वॉरेन यांचा उद्देश आहे. गुंतवणूक करण्याचे तंत्र लोकांना समजावण्याचा त्यांचा मानस नाही. सर्व जनसामान्यांचे अनुकरण करून हे साध्य होत नाही. शेअर बाजारात आज दुर्लक्षित असे शेअर, पण ज्याच्यावर काही काळाने लोकांच्या उड्या पडतील असे शेअर्स निवडणे आवश्यक आहे. अधिकांश लोकांचे अनुकरण करणारे लोक मात्र आपल्या वहाणा झिजवत राहतात.

४४

पत्रकार जितके हुशार असतील त्या प्रमाणात समाज प्रगत असतो.

गुंतवणूक विषयाची माहिती व कल्पना आपणास समाजमाध्यमांकडून मिळत असते. त्यामुळे शेअर बाजारात काय चालले आहे या माहितीसाठी आपण पत्रकारांनी केलेले विश्लेषण व त्याची अचूकता यावर पूर्णपणे विसंबून असतो. आपल्याला माहिती पुरविणारे लोक अनभिज्ञ असावेत की जाणकार आणि हुशार असावेत? गुरू जितके हुशार तितकेच त्यांचे शिष्यही हुशार असतात, असे वॉरेन यांचे ठाम मत आहे. त्याच अनुषंगाने पत्रकार जर हुशार असतील तर समाजही जाणकार असतो. खोटारडे लोक, चोर व राजकारणी लोकांना समाजापासून काही लपवायचे असल्याने ते समाजास अनभिज्ञ ठेवणे पसंत करतात.

४५

अनुभवातून शहाणपण येते. पण, इतरांच्या अनुभवातून येणारे शहाणपण जास्त श्रेयस्कर.

✷

अनुभव हा उत्तम मार्गदर्शक आहे. पण, स्वत:च्या चुकांमुळे आलेले शहाणपण खर्चीक असते. इतर जणांच्या चुकांपासून आपण बोध घेणे केव्हाही फायदेशीर. व्यवसाय व गुंतवणूक करण्यातील इतरांच्या चुकांचा सखोल अभ्यास करण्याचा परिपाठ वॉरेन यांनी ठेवला आहे. इतरांनी ज्या चुका केल्या त्या टाळण्याकडे वॉरेन यांचे लक्ष असते. याच्या बरोबर उलट पद्धत व्यवस्थापन विषय शिकविणाऱ्या शाळा-कॉलेजमध्ये अवलंबिली जाते. तेथे विशेषकरून यशस्वी ठरलेल्या गोष्टींचा अभ्यास केला जातो. व्यवसाय व गुंतवणूक क्षेत्रात यशस्वी होणाऱ्यांपेक्षा अपयशी होणारे जास्त असतात. काय करावे याच्या बरोबरच काय करू नये, याचाही अभ्यास आवश्यक आहे.

कामाची जागा

४६

एखाद्या नवख्या व्यक्तीस अनुभवातून आलेले शहाणपण शिकविणे कठीण असते.

✷

व्यवसायात अनुभवातून आलेली हुशारी तरुण व्यवस्थापकाला शिकविणे जवळजवळ अशक्य असते. व्यवसायात नफा कसा मिळवायचा हे अनुभवी व्यक्तींना अवगत असते. वॉरेन हे जेव्हा सत्तरीत होते तेव्हा चार्ली मगर हे त्यांचे भागीदार ऐंशी वर्षांच्या वरच्या वयाचे होते. नेब्रास्का फर्निचर या कंपनीच्या प्रमुखपदी श्रीमती ब्लमकिन या त्यांच्या शंभरीनंतरही असताना व्यवसायात लक्ष घालीत असत. बर्कशायर हॅथवे या वॉरेन यांच्या कंपनीच्या अंतर्गत त्यांचे सर्व व्यवसाय असत. या प्रमुख कंपनीत अनेक व्यवस्थापक त्यांच्या वयाच्या सत्तरीनंतरही कार्यरत होते. बर्कशायर हॅथवेमध्ये वॉरेन यांनी कर्मचाऱ्यांसाठी निवृत्तीचे असे वय सक्तीचे केलेले नव्हते. वॉरेन यांच्या कार्यक्षेत्रात पासष्ट वर्षाचे वय म्हणजेही उमेदीचा काळ होता. तरुण वय व उत्साह यापेक्षा वय व अनुभव हे पारंपरिक पद्धतीने व्यवसाय करताना जास्त उपयुक्त ठरतात.

४७

जेव्हा एखाद्या व्यक्तीस नोकरीवर ठेवायचे असते तेव्हा त्या व्यक्तीमध्ये प्रामाणिकपणा, बुद्धिमत्ता व उत्साह या तीन गोष्टी असणे आवश्यक आहे. प्रामाणिकपणा हा सर्वांत महत्त्वाचा. कारण, तो नसेल तर त्याची बुद्धिमत्ता व उत्साह तुम्हाला घातक ठरू शकेल.

✷

जेव्हा आपला व्यवसाय पूर्णपणे सांभाळण्यासाठी आपण एखाद्या व्यक्तीची निवड करतो तेव्हा खजिन्याच्या किल्ल्याही त्या व्यक्तीकडे देतो. जर असे लोक हुशार व मेहनती असतील तर ते तुमचा व्यवसाय उत्तम सांभाळतील व फायदा करून देतील. पण, तेच जर अप्रामाणिक असतील तर नाना युक्त्या लढवून तुमचे पैसे गिळंकृत करतील. निवड करण्यासाठी जर फक्त अप्रामाणिक लोकच उपलब्ध असतील तर किमानपक्षी आळशी किंवा सांगकामे व निर्बुद्ध लोक निवडा. यामुळे तुमचे नुकसान तरी कमीतकमी होईल.

वॉरेन यांच्या व्यवस्थापन शास्त्रात प्रामाणिकपणास सर्वांत जास्त महत्त्व आहे. नेब्रास्का फर्निचर मार्ट ही कंपनी श्रीमती ब्लमकिन यांच्याकडून विकत घेत असताना वॉरेन यांनी कंपनीच्या हिशोबाच्या वह्या पाहण्याससुद्धा मागितल्या नाहीत. ब्लमकिन व त्यांचे सहकारीपण यामुळे आश्चर्यचकित झाले. वॉरेन यांनी श्रीमती ब्लमकिन यांना कंपनीच्या विक्रीची फक्त किंमत विचारली व त्यांनी सांगितलेल्या रकमेचा म्हणजे चार कोटी डॉलर्सचा चेक दुसऱ्या दिवशी सुपूर्द केला. याबद्दल कालांतराने श्रीमती ब्लमकिन यांनी वॉरेनकडे विचारणा केली तेव्हा वॉरेननी सांगितले की त्यांच्या कंपनीच्या हिशोबनिसांपेक्षा त्यांचा विश्वास श्रीमती ब्लमकिन यांच्यावर जास्त होता.

कंपनीचा व्यवहार पाहताना वॉरेन आपल्या व्यवस्थापकास पूर्ण स्वातंत्र्य देत असत. ती कंपनी जणूकाही त्या व्यवस्थापकाची स्वत:चीच आहे अशा पद्धतीने ते चालविण्यास सांगत. पण, जर व्यवस्थापक प्रामाणिक नसतील तर असे स्वातंत्र्य देणे धोक्याचे ठरते.

४८

जमिनीवर चालणे काय असते हे पाण्यातील माशास समजावून सांगणे अशक्य आहे. त्याचप्रमाणे पूर्ण जबाबदारी घेऊन एक दिवससुद्धा व्यवसाय सांभाळणे हे फक्त त्याविषयी कित्येक दिवस बोलत राहण्यासारखे आहे.

जोपर्यंत शत्रू तुमच्यावर हल्ला करीत नाही तोपर्यंत सैन्यात सर्व मजा असते. व्यवसायातही हेच तत्त्व लागू पडते. येणाऱ्या अडचणींवर मात करून उत्पादन करणे व त्या मालाची विक्री करणे ही खरी कसोटी आहे व हे करू शकणारे व्यावसायिक फक्त पुस्तकी ज्ञान असणाऱ्यांपेक्षा सरस ठरतात. बर्कशायर हॅथवे या वॉरेन यांच्या कंपनीने नेब्रास्का फर्निचर मार्ट ही कंपनी विकत घेण्यापूर्वी कित्येक दशके श्रीमती ब्लमकिन व त्यांचे सहकारी ती कंपनी उत्तम रीतीने चालवीत होते व त्यांनी स्वतंत्र यश संपादन केले होते. तरुण वय व उत्साह यापेक्षा वयस्कर व अनुभवी व्यक्तींना अनन्यसाधारण महत्त्व दिल्याने वॉरेन यांच्या बर्कशायर हॅथवे या कंपनीत संपत्तीची आवक सातत्याने होत असे.

४९

जेव्हा सत्य परिस्थिती समोर येते, तेव्हा समजते की कोण गैरप्रकार करीत आहे

खोटेनाटे हिशोब व फक्त दिखाव्यासाठी चांगले वार्षिक अहवाल सादर करून आपल्या कंपनीची प्रतिमा बरेच जण चांगली असल्याचा आभास शेअर बाजारात निर्माण करतात. परंतु, जेव्हा पैशाचे सोंग आणता येत नाही तेव्हा या लोकांचे पितळ उघडे पडते व त्यांना दिवाळखोरी जाहीर करावी लागते. एन्रॉनच्या बाबतीतही हेच घडले व सर्व दिखावा हा खोटा आहे हे उघड झाले. अशा अप्रामाणिक मार्गांनी कोण लोकांना भुरळ पाडत आहे हे वेळेवर समजणे आवश्यक आहे.

५०

जेव्हा अपयश येते तेव्हा ते झाकण्यासाठी शब्दांचा मुलामा उपयोगी पडतो.

✷

वर उल्लेख केलेल्या अर्थाचे विधान प्रसिद्ध तत्त्ववेत्ते गटे यांचे आहे. त्यांच्या मते, जेव्हा मोठे अपयश येते तेव्हा त्यात आपला दोष नाही याचे समर्थन करण्यासाठी खूप कारणे दिली जातात. व्यवस्थापनाच्या चुकीच्या निर्णयाबद्दल जर भागधारकांमध्ये खूप असंतोष असेल तर प्रमुख कार्यकारी अधिकाऱ्याकडे अनेकविध कारणे तयार असतात. झालेल्या अपयशाची जबाबदारी घेण्याची ते टाळाटाळ करतात. जर प्रमुख कार्यकारी अधिकारी पूर्ण जबाबदारी घेत नसेल तर तो किंवा ती त्या पदावर राहण्यास अयोग्य आहे. अशा परिस्थितीत दुसरा कार्यक्षम अधिकारी शोधणेच योग्य ठरते. कंपनीची मालकी ही भागधारकांकडे असल्याने ते असा निर्णय घेऊ शकतात. आपण ज्या बर्कशायर या कंपनीचा कारभार पाहतो आहोत त्याची मालकी कंपनीच्या भागधारकांकडे आहे हे वॉरेन कधीच विसरले नाहीत त्यामुळे यश व अपयश या दोन्हींची माहिती ते सारख्याच प्रामाणिकपणे देत असत.

५१

अचानकपणे एखाद्या दिवशी उठून आपण असे म्हणत नाही की मी आज खर्चांना कात्री लावणार आहे. खर्चावर नियंत्रण हे आपल्या श्वासोच्छ्वासाइतकेच सहजतेने व्हायला हवे.

✷

आपण आजारी पडल्यानंतर रोगप्रतिबंधक लस घेत नाही. सामान्यपणे आजूबाजूला घडणाऱ्या घटनांना प्रतिसाद देऊन व्यवसायामध्ये व्यवस्थापन केले जाते. याउलट, एखादी अडचण येण्यापूर्वीच त्यावर मात करण्यामध्ये वॉरेन सक्रिय असतात. खर्चावर जर सुरुवातीपासूनच नियंत्रण असेल तर प्रतिस्पर्ध्याशी सामना करणे सोपे जाते आणि परिस्थिती जेव्हा चांगली असते तेव्हा नफ्याचे प्रमाण वाढते. वॉरेन यांच्या बर्कशायर या कंपनीच्या मुख्य कार्यालयात अगदी कमी म्हणजे फक्त सतरा कर्मचारी आहेत. 'बोले तैसा चाले' ही वॉरेन यांची वृत्ती आहे. एखाद्या कंपनीने खर्चाला कात्री लावण्यास सुरवात केली आहे असे समजले तर त्याचा अर्थ असा की सुरुवातीपासून त्यांचे खर्चावर नियंत्रण नव्हते. जी कंपनी खर्च आटोक्यात ठेवत नाही अशा कंपनीस आपण काय म्हणाल? आपल्याला असे वाटते का की त्यांच्या भागधारकांसाठी ते मोठी कमाई करून देतील?

५२

एक लाख डॉलर्स खर्च करून जर प्रेम विकत घेता आले असते तर किती छान होईल? पण, ते शक्य नाही. प्रेम मिळविण्यासाठी प्रेम देणे आवश्यक आहे. आपण जितके प्रेम देतो त्यापेक्षा भरभरून प्रेम आपल्याला परत मिळते. ज्याला लोकांचे प्रेम लाभते तो स्वतःला यशस्वी समजतो. ज्यांना लोकांचे प्रेम मिळत नाही ते स्वतःला यशस्वी समजत असतील अशी मी कल्पनाही करू शकत नाही.

✵

वॉरेन यांच्या वैयक्तिक आयुष्यात प्रेमाला खूप महत्त्व आहे व त्यांचा व्यवसाय व्यवस्थापनाचे तंत्र यात प्रेमाचा अंतर्भाव आहे. आपले काम जे मनापासून करतात अशा लोकांनाच ते कर्मचारी म्हणून निवडतात. कारण, असे लोकच त्यांच्या इतर सहकाऱ्यांना सलोख्याने वागवतात. याचाच परिणाम म्हणजे इतर सहकारीही त्यांचे काम मनापासून करतात. आपल्या कर्मचाऱ्यांनी कामात चुका केल्यास ते कधीही त्यांचा अपमान करीत नाहीत. त्या चुकांबद्दल जास्त विचार न करता आपले काम करीत रहा, असा ते सल्ला देतात. आपल्या सहकाऱ्यांबद्दल त्यांना खूप प्रेम आणि आदर आहे आणि त्यांच्यावर पूर्ण विश्वास टाकून त्यांना काम करायची संधी ते देतात. आपल्या सहकाऱ्यांना लागणारे संपूर्ण स्वातंत्र्य ते देतात. आपल्या सहकाऱ्यांचा आपल्याला किती अभिमान आहे, हे ते सतत सांगत असतात आणि सर्वांसमक्ष त्यांचे कौतुकही करतात. याचाच परिणाम म्हणजे अनेक अत्यंत हुशार आणि चुणचुणीत कर्मचारी त्यांच्याकडे काम करण्यासाठी आकर्षित होतात. प्रेम आणि आदर व्यक्त केला की आपल्यालाही परत प्रेम आणि आदर मिळतो आणि जीवनात यशस्वी होण्याची ही पहिली पायरी आहे.

५३

व्यवसायात व शेअर बाजारात गुंतवणूक करण्याची प्रक्रिया त्यातून मिळणाऱ्या नफ्यापेक्षा जास्त आनंददायक आहे. अर्थातच, प्रक्रिया आणि नफा मला दोन्हीही पसंत आहे.

✷

जे लोक आपले काम अत्यंत उत्कटतेने करतात, ते त्यांच्या व्यवसायात व कार्यक्षेत्रात वर्चस्व मिळवतात; कारण, कामातून मिळणाऱ्या पैशांपेक्षा ते काम करीत राहणे हे त्यांना जास्त आनंददायक वाटते. मनःपूर्वक आणि उत्कटतेने काम करणाऱ्यांना साहजिकच पैसेही चांगले मिळतात. जे लोक कामापेक्षा पैशावर जास्त प्रेम करतात त्यांचे आयुष्य कष्टप्राय होते व पैसेही कमी मिळतात. मनापासून काम केले असते तर निश्चितच जास्त कमाई झाली असती. उत्कटतेने काम करताना ते खूप आनंददायी ठरते व मजबुरीने काम करीत आहोत असे वाटत नाही. वॉरेन नेहमी म्हणत असत की, जे काम ते करतात त्यावर त्यांचे अतिशय प्रेम आहे. असे काम करण्याची संधी मिळण्यासाठी पैसेही मोजण्याची त्यांची तयारी आहे. अर्थातच, ते जे काम करीत आहेत त्यातून प्रचंड कमाई होत असल्याने त्यासाठी त्यांनी पैसे मोजण्याची आवश्यकताच नाही.

५४

गोल्फसारख्या खेळात अत्यंत क्वचितच मिळणारे यश जर वारंवार मिळत राहिले तर तो खेळ तितकासा आनंद देणारा राहत नाही.

जेव्हा एखाद्या कामामध्ये आव्हाने असतात तेव्हा ते काम मनोरंजक होते व ते काम करणाऱ्यांमध्ये स्वाभिमान उत्पन्न होतो. तसेच, अशी कामे करण्यासाठी चांगले चांगले लोक आकर्षित होतात. कामामध्ये जर आव्हाने नसतील तर ते काम रटाळ होते, ते करण्यामध्ये काही अभिमान वाटत नाही व अशा कामासाठी स्वयंप्रेरणा कमी असलेले लोक वळतात. जेव्हा कामामध्ये आव्हाने असतात तेव्हा धोके किंवा अपयशाची भीतीही असते. व्यवसायामध्ये जेव्हा आव्हाने असतात तेव्हा त्यातून मार्ग काढण्यासाठी काही निर्णय घ्यावे लागतात. कदाचित, हे निर्णय चुकीचे ठरू शकतात. निर्णय घेण्याच्या प्रक्रियेमध्ये चुका होणेही प्रसंगी शक्य असते; पण, यामुळेच कामात रस उत्पन्न होतो. स्वयंप्रेरित व धडाडीने काम करणारे उत्कृष्ट आणि चुणचुणीत कर्मचारी आकृष्ट करण्यासाठी त्यांना कार्यालयात योग्य असे पोषक वातावरण देणे आवश्यक आहे. यश मिळवीत असताना प्रसंगी चुका करण्याचंही स्वातंत्र्य त्यांना देणे आवश्यक आहे.

५५

एक वेळ अशी येते की आपल्याला काय आवडते तेच तुम्हाला करावेसे वाटेल. आपले मनपसंत काम पत्करा, म्हणजे रोज उत्साहाने तुम्ही कामास सुरुवात कराल. केवळ आपल्या कारकिर्दीचा गोषवारा चांगला दिसेल म्हणून आपल्याला न आवडणाऱ्या नोकऱ्या करणे हा सुबुद्धपणा नाही. हे म्हणजे आपल्या तारुण्यातील संभोगासारखा आनंद वृद्धापकाळासाठी राखून ठेवण्यासारखे आहे.

✷

आयुष्यभर आपल्याला न आवडणारे काम व तेसुद्धा ज्या सहकाऱ्यांबद्दल आदर नाही, त्यांच्या बरोबर करणे म्हणजे नैराश्य व असमाधान आहे व ते रोज घरी आणून आपण घरच्या लोकांनाही नाराज करतो. यामुळे आपल्या घरातील प्रेमळ व्यक्तींमध्ये व आपल्या मध्येही असंतोष निर्माण होतो. आपल्याला मनपसंत काम शोधणे हे केव्हाही श्रेयस्कर. तसे असेल तर रोज कामावर जाताना आपल्या चेहऱ्यावर स्मितहास्य असेल व आपण समाधानाने घरी परत येऊन आपल्या प्रिय जनांबरोबर आनंद साजरा कराल. आपल्याला पैशाची चिंता असली तरी आपले काम अत्यंत मन:पूर्वक करा, कामाच्या ठिकाणी प्रगती करा, वरची जागा मिळवा. म्हणजे पैसे आपल्याला आपोआपच मिळतील. याची दोन उदाहरणे पाहू या. रशियातून देश सोडून आलेला एका अशिक्षित मनुष्य फर्निचर विकण्याचे काम मनापासून करीत असे. तो आणि किराणा मालाच्या दुकानात कारकुनी करणाऱ्याचा मुलगा शेअर बाजारात खूप रस घेऊन काम करून अत्यंत यशस्वी झाले. आपल्याला अत्यंत आवडणारे काम करा. म्हणजे पैसे आपोआप मिळतील. वरील उदाहरणातील व्यक्तींच्या बाबतीत जसे हे खरे झाले तसेच तुमच्याही बाबतीत होईल.

५६

माझा एक मित्र आपल्यासाठी परिपूर्ण स्त्रीच्या शोधात वीस वर्षे होता. अशी स्त्री त्याला जेव्हा भेटली तेव्हा दुर्दैवाने त्याला असे समजले की ती परिपूर्ण पुरुषाच्या शोधात आहे.

✹

आपल्याकडे असलेला माल विकणे आणि दुसऱ्याचा माल विकत घेणे यांतील फरक वॉरेन यांच्या मित्रास समजला नाही. त्याला ती स्त्री पसंत होती; परंतु, तिला हा पसंत नव्हता. जीवनामध्ये आणि व्यवसायामध्ये आपण काय आणि कोण आहोत आणि आपल्याकडे विकण्यासाठी काय माल आहे, हे समोरच्याला पटवून द्यावे लागते. आपल्या व्यवसायात गुंतवणूक करण्यासाठी सुरुवातीला काही लोकांना वॉरेन यांना हे पटवून द्यावे लागले. जे कौटुंबिक व्यवसाय नावारूपाला आलेले असतात त्यांचे मालक सहजासहजी ते व्यवसाय कोणालाही विकण्यास तयार होत नाहीत. कारण, त्या व्यवसायावर त्यांचे पुत्रवत प्रेम असते. असे व्यवसाय विकत घेण्यासाठी वॉरेन यांना खूप प्रयत्न करावे लागले. तो व्यवसाय अगदी योग्य व्यक्तींच्या हातात जाईल असे वॉरेन त्यांना पटवून देत असत. आपल्या दैनंदिन जीवनातसुद्धा आपणास नोकरी देणाऱ्यांना आणि ग्राहकांना आपली उपयुक्तता पटवून द्यावी लागते. दुसऱ्या व्यक्तीविषयी आत्मीयता दाखवून आणि त्यांची गरज काय आहे हे जाणून वैयक्तिक आणि व्यावसायिक संबंध प्रस्थापित करता येतात. सरतेशेवटी, ग्राहकाची गरज भागवणे हाच उद्देश असतो. जी व्यक्ती हे विसरेल ती एकाकीपणे कुढत बसेल.

विश्लेषक, सल्लागार व दलाल यांसंबंधीच्या चुका टाळणे

५७

माझे स्वतःचे केस कापण्याची आवश्यकता आहे का, असा प्रश्न केस कापण्याचे काम करणाऱ्या व्यक्तीस कधीही विचारू नका.

✷

आपल्या व्यवसायात काही अडचण आहे का, याविषयी एखाद्या सल्लागारास कधीही विचारू नका. सल्ला देण्यासाठी तो नसलेली अडचण उत्पन्न करेल. हे विधान गुंतवणूकविषयक काम करणारे बँकेतील अधिकारी, व्यवस्थापन सल्लागार, वाहने दुरुस्त करणारे किंवा बागकामासंबंधी माहिती देणारे व तत्सम लोकांच्या बाबतीत लागू पडते. अडचणीतून मार्ग काढण्याचा सल्ला देण्याचा व्यवसाय करणारे लोक जिथे काही प्रश्न उद्भवलेला नाही तोही निर्माण करतील. कारण, प्रश्नच नसतील तर त्यांना कामही नसेल.

५८

आगामी काळातील संभाव्य घटनांची माहिती जेव्हा समोर येते तेव्हा त्यामध्ये माहितीतील तथ्य यापेक्षा अंदाज वर्तविणाऱ्याबद्दल जास्त कळते.

✵

आगामी काळातील घटनांचा अंदाज वर्तवणारे लोक ज्यांच्यासाठी काम करीत आहेत त्यांना काय पाहिजे त्या प्रमाणात त्यांच्या कलाने अंदाज वर्तवतात हे अनेकांच्या लक्षात येत नाही. आशावादी किंवा निराशावादी यापैकी तुम्हाला जे अपेक्षित आहे त्यानुसार ते अंदाज वर्तवतात. लोकांची जेवढी अपेक्षा आहे तेवढेच किंवा तसेच काम ते करतात. असे अंदाज वर्तविणाऱ्या लोकांकडे काही जादूची कांडी नसते. त्यांच्या ऑफिसच्या जागेचा हप्ता किंवा भाडे आणि मुलांचे शिक्षण असे खर्च त्यांच्या पुढे असतात. शेअर बाजारामध्ये सतत मोठ्या प्रमाणावर व्यवहार होणे आवश्यक असते आणि त्यासाठी तुमच्याकडे असलेल्या वेगवेगळ्या कंपन्यांच्या शेअर्समध्ये व त्यांच्या संख्येमध्ये सातत्याने बदल होत जावा अशी बाजाराची अपेक्षा असते. व्याजाचे दर वर जाणार आहेत असे कळताच लोक शेअर्स विकतात आणि त्याच्या उलट, व्याजाचे दर कमी होणार आहेत अशी बातमी येताच लोक शेअर्स विकत घेतात. त्याचप्रमाणे एखाद्या तिमाहीमध्ये ज्या शेअर्समध्ये कमाई कमी होण्याचा अंदाज आहे असे शेअर्स लोक विकतात आणि कमाई वाढवण्याची शक्यता वर्तवली गेली तर लोक शेअर्स विकत घेतात. यातील प्रत्येक व्यवहारावर शेअर बाजारामध्ये दलाल किंवा सल्लागार पैसे कमिशन-रूपाने मिळवतात त्यामुळे तुमच्याकडून असे व्यवहार मोठ्या प्रमाणात व्हावेत यासाठी ते विविध कारणे सांगतात. असे निष्कारण खूप व्यवहार केल्याने तुमच्या आर्थिक प्राप्तीमध्ये वाढ होत नाही.

५९

एखाद्या बाबतीत जनमताचा कौल घेतला तरी स्वतः त्या बाबतीत विचार करणे आवश्यक आहे.

बहुतांश लोक ज्या पद्धतीने गुंतवणूक करीत आहेत त्या पद्धतीने आपणही गुंतवणूक करणे योग्य वाटते. कारण, खूप लोक आपल्याशी सहमत असतात. या परिस्थितीमध्ये इतर लोक आपले धोरण केव्हा बदलतील यावर लक्ष ठेवावे लागते. शाळा-कॉलेजमध्ये एखादी व्यक्ती ज्याप्रमाणे दीर्घ काळ लोकप्रिय असत नाही तसेच शेअर्सचे आहे. अतिशय तेजीत असणाऱ्या शेअरच्या किमतीत आणखी वाढ व्हायची शक्यता नसते आणि त्यापासून होणारी कमाई मर्यादित असण्याचा धोका असतो. वॉरेन यांच्या विचारसरणीप्रमाणे गुंतवणूक करताना आज जे शेअर्स लोकप्रिय नाहीत व कमी किमतीत उपलब्ध आहेत; परंतु, नजीकच्या काळात जे लोकप्रिय होतील आणि ज्यांची किंमत वाढण्याची दाट शक्यता आहे अशा शेअर्समध्ये गुंतवणूक करा. या पद्धतीने झालेच तर नुकसान कमी होईल आणि नफा मात्र घसघशीत होऊ शकेल.

६०

व्यवस्थापन विषय शिकवणाऱ्या संस्था कठीण किंवा जटिल तंत्रांना साध्या आणि सोप्या तंत्रांपेक्षा जास्त महत्त्व देतात. पण, सोपी तंत्रेच जास्त परिणामकारक असतात.

मध्ययुगीन काळातील इंग्लिश तत्त्ववेत्ते आणि फ्रान्सिस्को धर्मगुरू विल्यम ऑखम (सन १२८५-१३४९) यांना शास्त्रज्ञ बिली ऑखम म्हणून ओळखत असत. त्यांच्या मते, सर्वांत सोपे स्पष्टीकरण हेच सर्वोत्तम स्पष्टीकरण असते. पण, यातील मेख अशी आहे की कोणत्याही क्षेत्रातले जाणकार लोक इतरांचा त्यात शिरकाव होऊ नये म्हणून गोष्टी खूप अवघड आहेत असे अवडंबर माजवतात. जर गुंतवणूक क्षेत्राची तुम्हाला पूर्ण माहिती असेल तर त्या क्षेत्रातील विश्लेषक, सल्लागार आणि म्यूच्युअल फंड्स अशांची आवश्यकताच राहणार नाही.

६१

साध्या सोप्या गोष्टी क्लिष्ट करून ठेवण्याची चमत्कारिक विकृत वृत्ती काही माणसांमध्ये असते.

प्रत्येक व्यवसाय हा त्या व्यवसायाबाहेरील लोकांच्या विरुद्ध एक षडयंत्र असते. एखादी गोष्ट अवघड करून ठेवली की ती समजावून सांगण्यासाठी त्या क्षेत्रातील तज्ज्ञ लोक भरमसाट पैसे घेऊन सल्ला देतात. एखादी गोष्ट जितकी जास्त क्लिष्ट असेल तितकी त्या क्षेत्रातील तज्ज्ञांची आवश्यकता ती गोष्ट समजावून सांगण्यासाठी जास्त भासते. गुंतवणूक करण्यासाठी कोणते शेअर्स निवडावेत याचे कौशल्य आपल्याकडे आहे, हे तुम्हाला पटवून देण्याचा व्यवसाय शेअर बाजारातील तज्ज्ञ दलाल करतात. अशा दलालांच्या सल्ल्याने तुम्ही गुंतवणूक केली की त्यांचा फायदा असतो त्यामुळे हे तंत्र खूप अवघड आहे आणि सर्वसामान्यांना समजत नाही असे ते सांगत असतात. हे तंत्र खूप क्लिष्ट आहे, अशी ते तुमची खात्री पटवतात. त्यामुळे तुम्ही वारंवार त्यांच्याकडे जाता. तुम्ही केलेल्या प्रत्येक गुंतवणुकीवर कमिशनद्वारे ते पैसे कमावतात, अशी त्यांची कार्यपद्धती आहे. पण, हे लोक जर इतके माहीतगार आहेत तर गुंतवणूक करण्याचा सल्ला फक्त इतरांनाच का देतात, असा विचार कोणी करीत नाहीत. गुंतवणूक करण्याचा सल्ला तुम्हाला देऊन तुमचा फायदा होतो की नाही याच्याशी त्यांना कर्तव्य नसते. गुंतवणूक करताना तसेच केलेल्या गुंतवणुकीतील पैसे काढून घेताना असे दोन्हीही वेळा ते कमिशन कमावतात. तुमच्याकडे असलेले पैसे संपेपर्यंत गुंतवणूक करण्याचा सल्ला शेअर बाजारातील दलाल देतात, असे गमतीने वूडी ॲलन म्हणतात.

६२

एखाद्या मठातसुद्धा तीस वर्षांपर्यंत कोणत्याही गोष्टीत बदल न करणे हा खूप मोठ्या त्यागाचा निश्चय असतो आणि शेअर बाजारात दलाली करणाऱ्यांना तर हे शक्यच नसते.

*

शेअर्स विकत घ्या आणि ते दीर्घ काळ आपल्याकडे ठेवा, या धोरणाचा अवलंब शेअर बाजारातील दलालाने केल्यास त्यांची उपासमार होईल. प्रदीर्घ काळ ज्याच्याकडे शेअर्स असतात त्याचा भरपूर फायदा होतो हे दलालांना माहीत असते. पण याच्यामुळे दलालाचा फायदा होत नाही. तुम्ही गुंतवणूक करणे आणि गुंतवलेला पैसा काढून घेणे अशा व्यवहारातून दलालाला दोन वेळेला कमिशन प्राप्त होते. गुंतवणूक करणे व निर्गुंतवणूक करणे, असे तुम्ही जितक्या जास्त वेळेला कराल तितका दलालाचा जास्त फायदा होतो. त्यामुळे असे करण्यास ते तुम्हाला उद्युक्त करतात. तुमच्या दलालास जर वर्षभरात अनेक कल्पना सुचत असतील तर शेअर बाजाराविषयी त्याचा काहीतरी भ्रम आहे असे समजावे.परंतु, गेल्या महिन्यात दिलेल्या सल्ल्याचा विरुद्ध सल्ला तो या महिन्यात देत असेल तर तो नुसता भ्रम नाही, तर अप्रामाणिकपणा आहे.

गुंतवणुकीत विविधता का नसावी?

६३

मी एका घडीस पन्नास-पाऊणशे वेगवेगळ्या कंपन्यांच्या शेअर्सकडे लक्ष देऊ शकत नाही. बायबलमधील गोष्टीत नोहा यांनी बोटीतून जाताना वेगवेगळे प्राणी एकत्र करून प्राणिसंग्रहालय केले होते. काही ठरावीक कंपन्यांच्या शेअर्समध्ये घसघशीत रक्कम गुंतवणे याकडे माझी पसंती आहे.

जर तुम्ही पन्नास वेगवेगळ्या कंपन्यांच्या शेअर्समध्ये गुंतवणूक केली असेल तर त्या सर्व कंपन्यांचा व्यवसाय कसा चालला आहे याचा अभ्यास करणे अवघड ठरेल. एखाद्या प्राणिसंग्रहालयात कुठल्याच प्राण्याकडे नीट लक्ष न देणे, यासारखा हा प्रकार होईल. एखादा जादूगार जेव्हा हवेत अनेक चेंडू उडवून खेळ करीत असतो तेव्हा थोडे दुर्लक्ष झाल्यास एकच चेंडू खाली न पडता सगळेच खाली पडतात.

गुंतवणूक करण्यासाठी चांगल्या कल्पना किंवा संधी वरचेवर मिळत नाहीत. त्यामुळे तेथे गुंतवणूक करायची तेथे वॉरेन भरपूर मोठी रक्कम गुंतवतात. थोडेसेच पण, अतिशय योग्य निर्णय घेऊन तुम्ही श्रीमंत होऊ शकता. गुंतवणूक करण्यासाठी वर्षभरात उत्तमोत्तम कल्पना जर वरचेवर मिळत असतील तर तो तुमचा भ्रम आहे.

६४

अजाणतेपणातून अनेक ठिकाणी गुंतवणूक केली जाते. गुंतवणुकीसंबंधी जे जाणकार आहेत, त्यांना असे वैविध्य पसंत नाही.

✷

जर तुम्ही शेअर बाजारातील जाणकार नसाल तर अनेक कंपन्यांचे शेअर्स विकत घ्या आणि आशा करा की त्या सर्वांचीच कामगिरी खराब होणार नाही. जर तुमचा सल्लागार अनेकविध कंपन्यांचे शेअर्स विकत घेण्याचा सल्ला देत असेल तर तो अज्ञानी आहे आणि काय करायला पाहिजे याची त्याला जाण नाही असे समजावे. परंतु, वॉरेन यांना मात्र आपण काय करीत आहोत हे पक्के माहीत असते, त्यामुळे ते काही मर्यादित ठिकाणीच गुंतवणूक करतात व त्यावर बारकाईने लक्ष ठेवतात.

६५

वॉलस्ट्रीट या शेअर बाजारातील दलाल वारंवार गुंतवणूक व निर्गुंतवणूक करून पैसे कमावतात. पण, स्वस्थ राहून तुम्ही पैसे मिळवा.

तुमच्याकडे असलेल्या पैशाचा ताबा घेऊन त्याचा विनियोग करणे आणि त्याद्वारे कमिशन मिळवणे हा शेअर बाजारातील खेळ आहे. कमी किंवा जास्त होणारे व्याजाचे दर, आगामी तिमाहीत कंपन्यांची कामगिरी चांगली होणार किंवा होणार नाही आणि शेअर बाजारातील विश्लेषण करणार, यांच्या सूचना अशी शेकडो कारणे देऊन दलाल तुम्हाला शेअर खरेदी किंवा विक्री करण्यास प्रवृत्त करतात. राष्ट्राध्यक्षांच्या निवडणुकीच्या निकालाचे अनुमान, असेसुद्धा कारण देऊन तुम्हाला शेअर्सचा व्यवहार करण्यास सांगतात. तुम्ही शेअर्सची खरेदी किंवा विक्री काहीही करा, म्हणजे त्यातील प्रत्येक व्यवहारावर ते आनंदाने कमिशन मिळवतात. यावर जर तुमचा विश्वास बसत नसेल तर तीस वर्षांपूर्वी वॉरेन ह्यांच्या बर्कशायर हॅथवे या कंपनीत ज्या सुमारे शंभर लोकांनी आपल्याकडचे सर्व पैसे गुंतवले त्यांना विचारा- कारण, आज ते कोट्यधीश आहेत.

शेअर बाजारात भरपूर कमाई करण्यासाठी चांगल्या कंपनीचे शेअर्स योग्य किंवा स्वस्त किमतीत खरेदी करून ते आपल्याकडे दीर्घ काळ ठेवणे आवश्यक आहे. दरवर्षी लाभांश दिल्यानंतर जी रक्कम कंपनीकडे शिल्लक राहत जाते त्यामुळे कंपनीचे मूल्य वाढत जाते. बिल गेट्सपासून वॉरेन बफेपर्यंत सर्व जण याच पद्धतीने धनाढ्य झाले. गेट्स यांनी त्यांची सर्व संपत्ती फक्त एकाच कंपनीच्या शेअर्समध्ये गुंतवणूक करून मिळवली, तर वॉरेन यांनी सुमारे सहा कंपन्यांमध्ये गुंतवणूक केली. चांगल्या कंपनीचे शेअर्स आपल्याकडे दीर्घ काळ ठेवणे हे तंत्र निश्चितच यशस्वी होते. जगातील प्रथम आणि द्वितीय क्रमांकाचे श्रीमंत लोक याचे उत्तम उदाहरण आहे.

६६

ज्या कंपन्या आपल्याला आवडतात त्याच कंपन्यांच्या शेअरमध्ये गुंतवणूक का करू नये? चांगल्या गोष्टी खूप मोठ्या प्रमाणात असणे फायद्याचेच ठरते.

काही ठरावीक शेअर्समध्येच गुंतवणूक करण्याबद्दल वॉरेन प्रसिद्ध आहेत. जोपर्यंत त्या कंपन्यांचे आर्थिक गणित योग्य आहे आणि शेअर्सची किंमत रास्त आहे तोपर्यंत ते त्याच कंपन्यांच्या शेअर्समध्ये अधिकाधिक गुंतवणूक करतात. कोका कोला कंपनीच्या शेअर्समध्ये अनेक वर्षे मोठी गुंतवणूक करीत राहिले. याच पद्धतीने त्यांनी इतरही निवडक कंपन्यांत गुंतवणूक केली. गुंतवणूक करण्यामधील धोका अनेक कंपन्यांचे शेअर्स घेऊन विखरून ठेवण्याच्या धोरणाच्या हे अगदी विरुद्ध आहे. गुंतवणुकीम ध्ये फक्त वैविध्य आणण्याच्या उद्देशाने जर अनेक कंपन्यांचे शेअर्स विकत घेतले तर या कंपन्यांबद्दल आपल्याकडे फक्त कुतूहल किंवा वरवर माहिती असते. ज्या कंपन्यांमध्ये गुंतवणूक केली आहे त्यांची सखोल माहिती होत नाही. पूर्ण आणि सर्वांगीण विचार करून मगच गुंतवणूक करायची व त्यावर बारकाईने लक्ष ठेवायचे ही वॉरेन यांची पद्धत आहे.

घेतलेले सर्वच निर्णय बरोबर ठरतील याची खात्री नसल्यामुळे वॉरेन यांनी ठरवले की ज्या कंपन्यांबद्दल आपल्या पूर्ण खात्री आहे, अशाच कंपन्यांतपण मोठ्या प्रमाणात गुंतवणूक करायची. हे धोरण वॉरेन यांनी गुंतवणूक करण्यास सुरुवात केली तेव्हापासूनच ठरवले. फक्त दहा चांगल्या कंपन्यांत गुंतवणूक करून वॉरेन यांनी त्यांची त्यांच्या मिळकतीतील नव्वद टक्के कमाई केली. काही वेळेला आपण काय करतो याच्यापेक्षा काय करीत नाही हेही जास्त महत्त्वाचे असते.

६७

आपण नक्की काय करीत आहोत हे जेव्हा गुंतवणूक करणाऱ्यांना माहीत नसते तेव्हा ते अनेक ठिकाणी गुंतवणूक करतात.

✷

सल्लागार जेव्हा अनेक कंपन्यांचे शेअर्स विकत घेण्याचा सल्ला देतो तेव्हा गुंतवणूक व्यवसायाची त्यास पूर्ण माहिती नाही, असे समजावे. त्याच्या अपुऱ्या ज्ञानामुळे तुमचे नुकसान होऊ नये असा काहीसा त्याचा उद्देश असतो. जेव्हा तुम्हाला शेअर बाजाराची पूर्ण माहिती नसते तेव्हा अनेक कंपन्यांचे शेअर्स घेऊन ठेवले हे एक वेळ योग्य ठरेल. यातील काही कंपन्यांच्या व्यवसायात थोडीफार वृद्धी होईल, त्याचा तुम्हाला नाममात्र फायदा मिळेल. तसेच सर्वच पैसे बुडण्याचा धोकाही राहणार नाही. काही शेअर्समधील नफा व काहींमधील तोटा हे एकमेकांना छेद देतील, त्यामुळे तुम्हाला भरमसाट अर्थप्राप्ती होणार नाही. परंतु, तुम्ही कंगालपण राहणार नाही.

६८

आयुष्यामध्ये अनेक चुका करण्याऐवजी काही मोजक्याच गोष्टी, पण योग्य पद्धतीने करणे पुरेसे आहे.

आयुष्याचे आणि गुंतवणुकीचे गणित हे एकमेकांना समांतर असते. आयुष्यामध्ये यशस्वी होण्यासाठी काही थोडक्याच गोष्टी योग्य पद्धतीने करणे आवश्यक आहे. जर तुम्ही अनेक चुकीचे निर्णय घेतले तरच सर्वनाश होतो. चुका अजिबात होऊ नयेत असा याचा अर्थ नाही; पण, अनेक मोठ्या चुका मात्र होऊ नयेत.

गुंतवणुकीच्या बाबतीतही हेच लागू पडते. थोडक्याच परंतु सुयोग्य गुंतवणुकी केल्या तर तुम्ही मोठ्या प्रमाणात संपत्ती कमवू शकता. परंतु, प्रत्येक गुंतवणूक करताना ती चुकीची ठरण्याचाहि संभव असतो. काही चुकीच्या गुंतवणुकीत झालेल्या नुकसानीमुळे अन्यत्र झालेला फायदा पूर्णपणे नष्ट होण्याची शक्यता असते.

घेतलेले सर्वच निर्णय बरोबर ठरतील, याची खात्री नसल्यामुळे वॉरेन यांनी ठरवले की ज्या कंपन्यांबद्दल आपल्याला पूर्ण खात्री आहे अशाच कंपन्यांत- पण मोठ्या प्रमाणात गुंतवणूक करायची. हे धोरण वॉरेन यांनी गुंतवणूक करण्यास सुरुवात केली तेव्हापासूनच ठरवले. फक्त दहा चांगल्या कंपन्यांत गुंतवणूक करून वॉरेन यांनी त्यांची त्यांच्या मिळकतीतील नव्वद टक्के कमाई केली. काही वेळेला आपण काय करतो याच्यापेक्षा काय करीत नाही हेही जास्त महत्त्वाचे असते.

शिस्त, विवेक आणि संयम

६९

छोट्या छोट्या गोष्टींमध्येसुद्धा जर तुम्ही शिस्त पाळली नाही तर मोठ्या आणि महत्त्वाच्या गोष्टींमध्येही तुम्ही शिस्त न पाळण्याची शक्यता असते.

✻

शिस्तबद्ध गुंतवणूक करण्याच्या आपल्या पद्धतीस अपवाद करुन काही लहानसहान गुंतवणुकी करण्यास लोक प्रवृत्त होतात, असे वॉरेन यांच्या निदर्शनास आले आहे हे शिस्त पाळून काम करण्याच्या पद्धतीविरुद्ध आहे. गुंतवणूक करताना शिस्त आणि नियम पाळणे अतिशय महत्त्वाचे आहे. आयुष्यातही यशस्वी होण्यासाठी हेच लागू पडते. शिस्त पाळणे आवश्यक आहे यावर वॉरेन यांचा दृढ विश्वास आहे. त्यामुळे गोल्फच्या खेळात आपला विजय होण्याची शक्यता नसताना केवळ दोन डॉलर्सचीही पैज त्यांनी लावली नाही. या खेळात आपण हरण्याची शक्यता जास्त असते हे ते दिलखुलासपणे कबूल करतात. वॉरेन यांच्या दृष्टीने छोट्या छोट्या गोष्टींनाही खूप महत्त्व असते.

७०

लिहायचे असेल तर तुम्ही विचार करण्यास प्रवृत्त होता व व्यवस्थित विचार करता.

एखाद्या गोष्टीबद्दल जर तुम्ही विचार केला नसेल तर त्याविषयी लिहू शकत नाही, हे लक्षात घेऊन दरवर्षी आपल्या भागधारकांना वॉरेन सविस्तर पत्र लिहून गतवर्षातील घडामोडींची कल्पना देतात. या प्रथेमुळे सखोल विचार करून प्रचंड प्रमाणात आर्थिक प्राप्ती कशी करून घ्यावी याचा ते सखोल व सर्वांगीण विचार करतात. एखाद्या गोष्टीबद्दल लिहायचे असेल तर त्याविषयी विचार करणे आवश्यक ठरते आणि गुंतवणूक कोठे करायची हा विचार करणे तर केव्हाही चांगले त्यामुळे त्याविषयी लिहिणे हे केव्हाही योग्य ठरते.

नव्या वर्षाची सुरुवात झाल्यानंतर हिवाळ्यातील वास्तव्याच्या लगुना बीचनजीक आपल्या घरी आपल्या कंपनीचा वार्षिक अहवाल लिहिण्यास वॉरेन सुरुवात करतात. त्यांचे गुरू बेंजामिन ग्रॅहम यांच्या घराच्या जवळच हे घर आहे. आपली स्नेही कॅरोल लुईस या फॉर्च्युन नियतकालिकाच्या एका संपादकाकडे तो पूर्ण लिखित अहवाल पाठवून देतात. गुंतवणूकविषयक स्वतः अत्यंत तज्ज्ञ असूनही संपादकाचा सल्ला त्यांना आवश्यक वाटतो.

७१

जर इतर लोक अविवेकीपणाने व्यवहार करीत असतील तर आपण आपली विवेकबुद्धी शाबूत ठेवून व्यवहार करण्याची जास्तच आवश्यकता असते.

जेव्हा शेअर बाजारात तेजी असते व शेअर्सच्या किमती अवास्तवदृष्ट्या जास्त असतात तेव्हा वरील संदर्भ लागू पडतो. अशा परिस्थितीत गुंतवणूकदार अविवेकीपणाने मिळेल त्या किमतीला शेअर्स विकत घेण्याचा सपाटा लावतात. जेव्हा शेअर बाजारात तेजी असते तेव्हा आपण कोणते शेअर्स विकत घेतो याबद्दल वॉरेन जास्तच विवेकी असतात. कंपनीचा भविष्यकाळातील व्यवसाय कसा असेल याचा विचार न करता बाजारात तेजी असताना भरमसाठ किमतीस अति उत्साहाच्या भरात शेअर विकत घेण्यास वॉरेन प्रवृत्त होत नाहीत. विवेकबुद्धीने निर्णय घेऊन गुंतवणूक केली तर तो मूर्खपणा ठरत नाही आणि तुम्हाला चांगली कमाई होते. अविवेकीपणे गुंतवणूक करीत राहिल्यास तुम्ही दरिद्री बनाल. या पद्धतीने कोणीही श्रीमंत होत नाही.

७२

चेंडू अद्याप गोलंदाजाच्याच हातात असताना मोठा फटका मारायची कृती मी करीत नाही.

बेसबॉल या खेळाचे अनेक वर्षे वॉरेन हे चाहते आणि अभ्यासक आहेत. 'फटके मारण्याचे तंत्र' या नावाचे पुस्तक बेसबॉलचे प्रसिद्ध खेळाडू टेड विल्यम्स यांनी लिहिले आहे. त्या धर्तीवर वॉरेन यांनी आपली गुंतवणूक करण्याचे धोरण ठेवले आहे. टेड यांच्या म्हणण्याप्रमाणे उत्तम खेळाडू खराब चेंडूंवर फटके मारत नाही. फटका मारण्यास योग्य चेंडूची वाट पाहावी लागते. याच तंत्रनुसार उत्तम गुंतवणूकदार होण्यासाठी योग्य संधीची वाट पाहावी लागते. बेसबॉलच्या खेळात टेड यांना फटके मारण्यास फक्त तीन संधी असत. त्याच्या उलट, शेअर बाजारामध्ये योग्य गुंतवणूक करण्यासाठी भरपूर वेळ असतो.

एखाद्या कंपनीचा व्यवसाय भविष्यकाळात कसा असेल याचा अंदाज येत नसेल तर त्या कंपनीच्या शेअर्समध्ये वॉरेन गुंतवणूक करीत नाहीत. तसेच घाई–गडबडीनेपण ते गुंतवणूक करीत नाहीत. मंदीचा काळ, शेअर्सच्या पडलेल्या किमती किंवा ज्या कंपनीचा भविष्यकाळ उज्ज्वल आहे, पण काही तत्कालीक कारणांमुळे शेअर कमी किमतीत उपलब्ध आहेत, अशा प्रकारच्या सुयोग्य संधी असतील तेव्हा वॉरेन गुंतवणूक करतात. ज्या कंपन्यांनी पूर्वीच्या वर्षांमध्ये नफा कमावलेला नाही अशा कंपन्यांच्या शेअर्सपासून ते दूरच राहतात. चेंडू अद्याप गोलंदाजाच्याच हातात असल्यासारखे हे आहे. ज्या कंपनीने नफा कमावलेला नाही त्यांचे शेअर विकत घेणे म्हणजे ती कंपनी भविष्यकाळात नफा कमवेल अशी आशा विकत घेणे आणि कदाचित अपेक्षित नफा होणारही नाही. भविष्यकाळात जो नफा कदाचित होणारही नाही त्याची आज किंमत करणे अशक्य आहे. भविष्यकाळातील कदाचित होणाऱ्या नफ्यावर अवलंबून जर तुम्ही गुंतवणूक करीत असाल तर ते अनेक संकटांना आमंत्रण देणारे ठरेल.

७३

अशी कल्पना करा की, तुमच्याकडे एक मोटर वाहन आहे आणि संपूर्ण आयुष्यभर तेच वाहन तुमच्याकडे असणार आहे. असे असेल तर तुम्ही त्याची पूर्ण काळजी घ्याल, वेळच्या वेळी तेलपाणी बदलाल व अतिशय काळजीपूर्वक वाहन चालवाल. आता हे लक्षात घ्या की, तुमच्याकडे एकच शरीर व एकच मन आहे. त्यांची पूर्ण काळजी घ्या. संपूर्ण आयुष्यभर ते चांगली साथ देतील याची काळजी घ्या. काही काळानंतर तुम्ही आपली मन:शक्ती वाढवू शकता. एखाद्या व्यक्तीची मुख्य संपदा म्हणजे तो किंवा ती स्वत:च असते त्यामुळे स्वत:ची योग्य काळजी घ्या व आपल्याला सुस्थितीत ठेवा.

व्यवसायात जशी मालमत्ता असते तसेच तुमच्या वैयक्तिक बाबतीत मन आणि शरीर ही संपदा आहे. आयुष्यभर तुम्ही इतर लोकांना प्रत्यक्ष किंवा अप्रत्यक्ष रीतीने सेवा देत असता. परंतु, सरतेशेवटी तुम्हालाही एक आर्थिक अस्तित्व आहे व भरपूर पैसे तुम्ही कमावू शकता. ज्यातून उत्तम फायदा मिळू शकेल असा व्यवसाय जर तुमच्या मालकीचा असेल तर तुम्ही निश्चितच त्याची खूप काळजी घ्याल आणि तो सर्वोत्तम व्यवसाय होईल याचा प्रयत्न कराल. तुमचे मन आणि शरीर यालासुद्धा हेच लागू पडते. कारण, तीच तुमची व्यवसायाची साधने आहेत. उत्तम शिक्षण घेऊन तुम्ही या साधनांना बलवान बनवू शकता आणि प्रचंड अर्थार्जन करण्याची आपली क्षमता वाढवू शकता किंवा आपल्याकडील साधनसंपत्तीचा दुरुपयोग करून त्यापासून मिळणाऱ्या फायद्यास वंचित होऊ शकता. यांपैकी काय करायचे, हा निर्णय सर्वस्वी तुमचा आहे.

७४

मी कितीही उंची सूट खरेदी केले तरी ते मी घातल्यानंतर स्वस्तच दिसतात.

अगदी सामान्य कपडे परिधान केले तरीही चांगल्या व्यक्तिमत्त्वाची व्यक्ती उठूनच दिसते. वॉरेन यांची राहणी काटकसरीची आहे, पूर्वी ती तशीच होती आणि यापुढेही तशीच राहील. पैशाचा योग्य विनियोग केल्यास तो कसा वाढत जातो याची जाण असल्यामुळे त्यांची प्रत्येक वस्तू काटकसरीची आहे. आपल्या कारकिर्दीच्या सुरुवातीस आर्थिक व्यवस्थापक पदावर असल्यापासून कोट्यधीश झाल्यावरसुद्धा त्यांच्या वास्तव्याच्या ओमाहा शहरात ते जुन्या फोक्सवॅगन बिटल या गाडीतूनच हिंडत असत. प्रतिवर्षी वीस टक्के या चक्रवाढ व्याज दराने जर पंचवीस हजार डॉलर्स गुंतवले तर वीस वर्षांनी ती रक्कम ९,५८,४३९ डॉलर्स इतकी होते. आणि वॉरेन यांच्या दृष्टीने एवढी मोठी रक्कम मोटर वाहन घेण्यासाठी खर्च करणे कल्पनेच्या बाहेर होते. आपल्या वयाच्या साठीनंतर त्यांनी खूप किमती सूट वापरण्यास सुरुवात केली. आपण खर्च करीत असलेली रक्कम नजीकच्या काळात फार मोठी असणार नाही याची कल्पना असल्याने ते निश्िंचत असत व सुखाची झोप घेऊ शकत.

७५

आपल्या आयुष्याचा जोडीदार निवडताना आपण जसे प्रयत्न करतो त्याच प्रकारे विकत घेण्यासाठी नवीन कंपन्यांचा शोध करावा. सातत्याने प्रयत्न करावेत, उपलब्ध पर्यायांचा खुल्या दिलाने विचार करावा, त्याबाबत उत्सुकता दाखवावी; पण, घाईगडबड करू नये.

जी गोष्ट सापडणे अशक्यप्राय आहे तिचा शोध घेण्याचा प्रयत्न करणे ही एक बाब आहे आणि आपल्या अनुभवावरून आपल्याला माहीत आहे की कालांतराने एखादी गोष्ट सापडणार आहे तिचा शोध घेणे ही दुसरी बाब आहे. यातील दुसऱ्या प्रकारच्या गोष्टींचा शोध वॉरेन सतत करीत असतात. कारण, त्यांना कल्पना आहे की योग्य परिस्थितीमध्ये गुंतवणुकीची चांगली संधी उपलब्ध होईल. शेअर बाजारातील घसरलेल्या किमती, आर्थिक मंदी, मुळातच चांगले भवितव्य असलेला, पण क्वचितप्रसंगी अडचणीत आलेला किंवा डबघाईला आलेला असताना विकत मिळणारा व्यवसाय, अशा प्रकारची परिस्थिती म्हणजे वॉरेन यांच्या दृष्टीने गुंतवणुकीची योग्य संधी. अशा वेळी कित्येक चांगल्या कंपन्यांचे शेअर्स आश्चर्यकारकरीत्या कमी किमतीत मिळतात. फक्त धीर धरून अशा संधीची वाट पाहावी लागते. अशी संधी दररोज किंवा दर महिन्यांत किंवा वर्षांतून एखाद्या वेळेला येईल याची शक्यता नसते. परंतु, काही ठरावीक कालांतराने अशा संधी येतच असतात आणि त्याचाच फायदा घेऊन वॉरेन जगातील दुसऱ्या क्रमांकाचे श्रीमंत गृहस्थ झाले आहेत.

कोणत्याही गोष्टींचा अति
हव्यास करण्याचा मूर्खपणा
करण्यापासून सावध रहा.

७६

योग्य प्रवृत्ती आणि बौद्धिक चौकट यांचा मिलाप यांतूनच सुसंगत वर्तणूक होते.

✷

'इतर लोक जेव्हा लोभीपणाने गुंतवणूक करीत असतात तेव्हा तुम्ही सावध रहा आणि इतर लोक जेव्हा गुंतवणूक करण्यास कचरतात तेव्हा तुम्ही मोठ्या प्रमाणात गुंतवणूक करा.' हे ब्रीदवाक्य आणि ज्या कंपन्यांना भविष्यामध्ये आर्थिक प्राप्ती होणार आहे त्यांच्यावर लक्ष केंद्रित करणे हेच वॉरेन यांच्या यशस्वी गुंतवणूकदार होण्यामागचे रहस्य आहे. उत्तम व्यवसायांमध्ये गुंतवणूक करण्याची इतरांना जेव्हा भीती वाटत असते तेव्हा तुम्ही त्यात अवश्य गुंतवणूक करा आणि अन्य लोक अति लोभाने जेथे गुंतवणूक करीत असतात त्यापासून तुम्ही दूर रहा. थंड प्रवृत्तीने विचार केल्यास केव्हा कृती करणे आवश्यक आहे हे तुम्हास समजेल. जेव्हा लोक भीतीपोटी शेअर्स काढून टाकत असतील तेव्हा तुम्ही कृती करा, विकत घ्या आणि जेव्हा लोकांच्या अति हव्यासापोटी शेअर्सच्या किमती गगनाला भिडल्या असतील तेव्हा तुम्ही काहीही करू नका.

आपल्या संपूर्ण कारकिर्दीमध्ये दोन वेळेला शेअर्सच्या किमती जेव्हा प्रचंड वाढल्या होत्या तेव्हा वॉरेन यांनी खरेदी करणे पूर्णपणे बंद केले. १९६० आणि १९९०ची दशके संपत असताना शेअर बाजारामध्ये खूप तेजी होती. या दोन्ही वेळेला वॉरेन यांनी शेअर खरेदी केली नाही, त्यामुळे लगेचच जेव्हा शेअर बाजार कोसळला तेव्हा वॉरेन यांचे फारसे नुकसान झाले नाही. तसेच शेअर खरेदी बंद केल्यामुळे वॉरेन यांच्याकडे खूप पैसे शिल्लक राहिले व कोसळलेल्या शेअर बाजारातून कमी किमतीत शेअर घेता येण्याचा त्यांना फायदा झाला.

७७

शेअर बाजारामध्ये लोकांमध्ये लोभ, भीती आणि मूर्खपणा असणार, याचा अंदाज असतो. पण, हे तीन दुर्गुण कोणत्या क्रमाने येतील याचा अंदाज करता येत नाही.

शेअर बाजारामध्ये काही शेअर्सच्या बाबतीत प्रसंगी अतिशय उत्साहाचे वातावरण असते. त्यामुळे त्या शेअर्सची किंमत भरमसाठ वाढते. याच्या उलट, एखाद्या शेअरच्या बाबतीत लोकांना खूप भीती वाटते. त्याची किंमत अपेक्षेपेक्षा कमी होते. या दोन्ही गोष्टी होणार याची वॉरेन यांना पूर्ण माहिती आहे; परंतु, त्या केव्हा होणार हे समजू शकत नाही. परंतु जेव्हा लोकांमधील भीती आणि मूर्खपणा यांमुळे शेअर खूप कमी किमतीत मिळत असतात तेव्हा त्वरेने ते या संधीचा फायदा घेण्यास तयार असतात. लोक जेव्हा अति लोभ करीत असतील तो काळ टाळा व त्यांच्या मूर्खपणा व भीती यांमधून गुंतवणुकीची संधी निर्माण होऊ दे. चतुर गुंतवणूकदारांची ही पद्धत आहे.

याचे उत्तम उदाहरण म्हणजे १९९० साली सर्व बँकांसाठी मंदीचा काळ होता तेव्हा वॉरेन यांनी वेल्स फार्गो या बँकेचे शेअर खरेदी केले. स्थावर मालमत्ता खरेदीसाठी बँकांनी दिलेल्या कर्जाची परतफेड होऊ शकणार नाही आणि बँक बुडेल या भीतीने बँकांचे शेअर विकत घेण्यास कोणी तयार नव्हते. आलेल्या आर्थिक संकटातून बाहेर पडू शकेल असे ज्या बँकेचे व्यवस्थापन आहे, अशी बँक वॉरेन यांनी निवडली. सुमारे २९ कोटी डॉलर्स त्यांनी या बँकेमध्ये गुंतवले आणि आठ वर्षांत त्यांची रक्कम दुपटीपेक्षा जास्त वाढली.

७८

शेअरची मालकी कोणाकडे आहे हे त्याला ठाऊक नसते.

खेळणी, मोटार वाहने, शेअर्स अशा वस्तूंना बरेच लोक त्या व्यक्ती आहेत किंवा सजीव आहेत अशी कल्पना करतात. जेव्हा शेअरच्या बाबतीत हे होते तेव्हा सारासार विचारापेक्षा त्यात भावनिक गुंतवणूक जास्त होते. गुंतवणुकीच्या बाबतीत असे होणे योग्य नाही. जेव्हा शेअर विक्रीची वेळ येते तेव्हा त्या शेअरविषयी प्रेम उत्पन्न झाले असल्यामुळे तुम्ही संकोच करता. जेव्हा शेअरची किंमत कमी होते तेव्हा त्याच्यावर रागावण्यात काही अर्थ नाही. कारण, त्याची मालकी तुमच्याकडे आहे हे त्याला माहीत नाही. शेअर विकून तुम्ही त्यास झिडकारत आहात असे त्याला वाटत नाही आणि तुम्हालाही तसे वाटू नये.

७९

अज्ञान आणि कर्जाऊ घेतलेले पैसे यांचा जेव्हा मिलाप होतो, तेव्हा परिणाम चमत्कारिक होतात.

आपण चूक करीत आहोत याकडे अज्ञानामुळे तुमचे दुर्लक्ष होते आणि कर्ज घेतलेल्या रकमेची गुंतवणूक करताना तुम्ही चूक होण्याच्या उंबरठ्यापर्यंत येऊन पोहोचता. बँकेकडून कर्जाने घेतलेल्या रकमेचे मोठे नुकसान होणे, असे या चुकीचे स्वरूप असते. हत्ती ज्याप्रमाणे काही विसरत नाही त्याप्रमाणेच तुम्ही घेतलेल्या कर्जाचा बँकेला विसर पडत नाही. एके काळी 'लाँग टर्म कॅपिटल' या फारशा परिचित नसलेल्या गुंतवणूक क्षेत्रातील कंपनीने एक हजार कोटी डॉलर्स एवढी प्रचंड रक्कम कर्जाने घेतली व डेरिव्हेटिव्ह्जमध्ये गुंतवली आणि काही अकल्पित प्रचंड मोठ्या चुकीमुळे गुंतवणूकदारांचे सर्व पैसे पाण्यात गेले. यामुळे संपूर्ण राष्ट्राचीच अर्थव्यवस्था कोसळण्याच्या बेतात आली. उसने घेतलेल्या पैशांतून व्यवहार करताना ज्या ज्या ठिकाणी चूक होण्याची शक्यता आहे तेथे हमखास गोष्टी आपल्या विरुद्ध जातात. याचे परिणाम कधीच चांगले असत नाहीत.

८०

जी सात महापापे सांगितली आहेत त्यांमध्ये द्वेष हा सर्वांत वाईट आहे. कारण, मनात द्वेष असेल तर तुमची स्थिती कधीच चांगली असत नाही. किंबहुना मनःस्थिती वाईटच असते. खादाडपणा करून मी खूप आनंद मिळवला आहे. पण, वासनेच्या बाबतीत मी बोलणार नाही.

लोभीपणाचं तुमच्यावर अधिराज्य असेल तर ते योग्य नाही; पण, तुमच्या लोभीपणावर जर तुम्ही अधिकार गाजवत असाल तर ते चांगले आहे. श्रीमंत होण्यासाठी थोडा लोभीपणा आवश्यक आहे. पण, त्याचा अतिरेक झाल्यास तुम्ही सुखी होणार नाही. अति लोभातून द्वेष उत्पन्न होतो आणि असे झाल्यावर आपल्याकडील संपत्ती पुरेशी आहे असे कधीच वाटत नाही. प्रतिस्पर्ध्याकडे किती पैसा आहे याचा द्वेष करण्यापेक्षा आपण संपत्ती मिळवण्याचा ध्यास घ्यावा. इतरांकडे किती पैसा आहे याचा विचार न करता आपला व्यवसाय आवडीने करून स्वतः पैसे मिळवणारे श्रीमंत लोक अतिशय सुखी असतात. आपल्याकडे असलेल्या भरपूर पैशाचा आनंद घेण्यापेक्षा द्वेषभावनेने तळमळण्यात काय अर्थ आहे?

कोका कोला, हॅम्बर्गर आणि एक इंच जाडीचे स्टेक व त्याबरोबर भरपूर तळलेले बटाटे, असा खादाडपणा करताना वॉरेन यांच्या चेहऱ्यावर हास्य असते. लहानपणी एका वाढदिवस समारंभात असे खाणे झाल्यावर त्यांना त्याची आवड उत्पन्न झाली. पण, वॉरेन यांच्या बर्कशायर या कंपनीमधील आरोग्याबद्दल जागरूक असणारे भागधारक मात्र या खादाडपणामुळे चिंतेत

पडतात. कारण, आपल्या अध्यक्षांच्या हुशारीमुळे वर्षांनुवर्षे आपला फायदा व्हावा अशी त्यांची इच्छा असते. आरोग्याच्या दृष्टीने योग्य खाणे खाऊन आयुष्य जेवढे वाढेल त्यापेक्षा सध्याच्या खाण्यामध्ये आनंद जास्त आहे, असा वॉरेन यांचा नेहमीप्रमाणे तर्कसंगत विचार आहे. दारू पिणे आणि सिगार यांबाबतीत मार्क ट्वेन यांचा विचार असाच आहे.

८१

जेव्हा शेअर बाजारात लोक लोभीपणाने खरेदी करीत असतात तेव्हा वॉरेन शेअर घेण्यास कचरतात आणि याच्या उलट लोकांना जेव्हा धास्ती असते तेव्हा मोठ्या प्रमाणात शेअर्स खरेदी करतात असं हे त्यांचे सोपे तंत्र आहे.

जेव्हा शेअर्सच्या किमती गगनाला भिडलेल्या असतील तेव्हा शेअर विकत घ्यायचा विचार करू नका. परंतु, जेव्हा किमती कमी असतील तेव्हा तुमच्या दलालाशी संपर्क साधा आणि शेअर्स विकत घ्या. जेव्हा शेअर्सच्या किमती वाढत असतात तेव्हा खूप लोक लोभीपणाने शेअर बाजाराकडे आकर्षित होतात. अशा वेळी वॉरेन यांना धास्ती वाटते आणि ते शेअर बाजारापासून दूर राहतात.

जेव्हा शेअर बाजारामध्ये मंदी असते तेव्हा लोक धास्तावलेले असतात आणि शेअर्स घेण्यापासून परावृत्त होतात. आगामी काळात कंपनीचे भवितव्य चांगले असायची शक्यता असली तरी त्याचा विचार न करता लोक धडाधड शेअर्स विकतात. अशा वेळी वॉरेन सक्रिय होतात आणि जे शेअर घ्यायची प्रबळ इच्छा असते ते विकत घेतात. जेव्हा अन्य लोक अति लोभी असतील तेव्हा वॉरेन धास्तावले असतात आणि बाकीचे लोक जेव्हा शेअर घेण्यास धास्तावलेले असतात तेव्हा वॉरेन लोभी असतात.

केव्हा विक्री करायची आणि केव्हा माघार घ्यायची

८२

जर तुम्ही अडचणीत आला असाल तर ज्या कृतीमुळे अडचणीत आला आहात ती थांबवा.

आपण केलेली गुंतवणूक योग्य नाही हे निदर्शनास येताच त्यामध्ये अधिक पैसा ओतणे हे अत्यंत चुकीचे आहे. अशा वेळी माघार घेणे हे कष्टप्राय असते. पण, सर्वच पैसे संपण्यापूर्वी अशी कृती करणे आवश्यक असते.

१९८०च्या दशकाच्या सुरुवातीस वॉरेन यांनी ॲल्युमिनिअम निर्माण करणाऱ्या उद्योगामध्ये पैसे गुंतवले. ही चूक आहे हे लक्षात येताच त्यांनी त्या उद्योगामध्ये अधिक पैसे गुंतवणे बंद केले व गुंतवलेले पैसे काढून घेतले. आपण कंगाल होत आहोत, असा नशिबाचा फटका बसण्यापूर्वी आपली चूक कबूल करण्याचे धारिष्ट्य दाखवा.

८३

एकदा यशस्वी झाल्यानंतर अन्यत्र गुंतवणूक करणे थांबवा.

उत्तमोत्तम व्यवसाय किंवा शेअर विकत घेण्याच्या शोधात वॉरेन नेहमीच राहिले आहेत. अशा प्रकारे केलेली गुंतवणूक दीर्घ काळासाठी ठेवून शेअर्सच्या किमती आणि लाभांश यांमध्ये वाढ होत जात आहे याकडे ते लक्ष ठेवतात. अशा उत्तम व्यवसायात एकदा गुंतवणूक केल्यानंतर थोड्याशा फायद्यासाठी तो विकून इतर कुठे गुंतवणूक करण्याची संधी शोधण्यापेक्षा त्या चांगल्या व्यवसायातच टिकून राहणे योग्य ठरते. उत्तम व्यवसाय काय आहे हे माहीत असणे आणि आपण निवडलेला व्यवसाय उत्तम आहे याची खात्री असणे अत्यंत महत्त्वाचे आहे. एखादा व्यवसाय यथातथाच आहे आणि त्याला भविष्यकाळही फारसा चांगला नाही, हे लक्षात आल्यावर तो लगेचच विकून टाकावा असा सल्ला एके काळचे प्रसिद्ध गुंतवणूकदार बर्नार्ड बरूच देतात.

तुम्ही एवढे श्रीमंत कसे झाला, असे त्यांना एकदा विचारले असताना त्यांनी थोडक्यात सांगितले की व्यवसाय किंवा शेअर विकण्याचे निर्णय मी योग्य वेळी घेतले.

८४

प्रवाहाच्या विरुद्ध जाऊन मी शेअर्सची खरेदी करतो.

✷

जेव्हा इतर लोक शेअर्स खरेदी करीत असतात तेव्हा नाही, तर इतर लोक शेअर्स काढून टाकत असताना ती खरेदी करण्याची वेळ योग्य आहे हे वॉरेन यांना ठाऊक आहे.

त्यांनी केलेल्या मोठ्या आणि यशस्वी गुंतवणुकी या बाजारात वातावरण अनुत्साही असताना केलेल्या आहेत. व्यवसायांचा पूर्ण अभ्यास केलेला असल्यामुळे कोणत्या कंपन्या आलेल्या संकटातून तरून जातील आणि कोणत्या नष्ट होतील, याचा त्यांना अचूक अंदाज आहे. शेअर बाजारात मंदी असताना १९६६ साली डिस्नीमध्ये, १९७३ साली वॉशिंग्टन पोस्ट या कंपनीमध्ये, १९८१ साली जनरल फूड या कंपनीत, १९८७ या वर्षात कोका कोलामध्ये आणि १९९० साली वेल्स फार्गोमध्ये मोठी गुंतवणूक केली.

८५

इतर लोक जेव्हा शेअर विकत घेत असतील तेव्हा त्यांचे अनुकरण करून कित्येक लोक शेअर विकत घेतात.

✷

खूप लोकांच्या पसंतीचे आणि ज्या शेअर्सवर उड्या पडत आहेत, असे शेअर खूप चढ्या भावाने उपलब्ध असतात. त्यामुळे हुशार गुंतवणूकदार अशा शेअर्सपासून दूर राहतो. तुम्हाला जेव्हा एखादी कंपनी विकत घ्यायची असेल तेव्हा जर ती लोकांच्या पसंतीतून उतरली असेल तेव्हा वाजवी किमतीत मिळेल आणि त्या कंपनीचा कारभार सुधारल्यावर तुम्हाला चांगला नफा होऊ शकेल. त्यांच्या दृष्टिपथात काही उत्तम कंपन्या सतत असतात आणि त्यांचे शेअर वाजवी किमतीत मिळत असतील तर ते घेण्याचा निर्णय वॉरेन क्षणार्धात घेतात. शेअर बाजारातील मंदी त्यांना पसंत आहे; कारण, त्या वेळी अशी संधी मिळते. बर्कशायर या त्यांच्या कंपनीने घेतलेल्या शेअर्सचा अभ्यास केला तर असे आढळते की जेव्हा शेअर बाजार गडगडला आहे तेव्हा किंवा ती कंपनी लोकांच्या मनातून उतरली असेल तेव्हा वॉरेन यांनी त्या कंपनीचे शेअर विकत घेतलेत. वॉशिंग्टन पोस्ट कंपनी, कोका कोला, डिस्नी, अमेरिकन एक्स्प्रेस, जनरल फूड्स, वेल्स फार्गो, इंटर पब्लिक ग्रूप आणि जिको या सर्व कंपन्यांचे शेअर्स बाजारात मंदी असताना किंवा त्या कंपनीस गुंतवणूकदारांची फारशी पसंती नसताना विकत घेतले आहेत.

८६

एखाद्या कंपनीमध्ये खूप बदल करण्याचा विचार मनात ठेवून आम्ही ती कंपनी विकत घेत नाही. वैवाहिक जोडीदाराच्या स्वभावात व वागण्यात बदल करण्याचा प्रयत्न यशस्वी होत नाही. तसेच गुंतवणूक केलेल्या कंपनीमध्ये बदल करण्याच्या बाबतीत होते.

✷

एखाद्या कंपनीचा व्यवसाय आणि भविष्यकाळ उत्तम असेल, तर त्या कंपनीचे व्यवस्थापन कोणाकडे आहे यास महत्त्व नाही, असे वॉरेन यांना आढळून आले आहे. जी कंपनी मुळातच चांगली आहे तिच्या प्रमुख पदी कुणीही असले तरी कंपनीचा व्यवसाय, विक्री आणि नफा हे चांगलेच असतील. याच्या उलट, जी कंपनी यथातथाच आहे तिच्या प्रमुख पदी अगदी उत्तम व्यवस्थापक असला तरी त्या कंपनीची कामगिरी मध्यम प्रतीची असेल. गेल्या शंभरपेक्षा जास्त वर्षे कोका कोला या कंपनीच्या प्रमुख पदी काही उत्तम दर्जाचे आणि काही सुमार दर्जाचे लोक होते; तरीही, ही कंपनी आघाडीवरच राहिली आहे. कॅथरीन ग्रॅहम या वॉशिंग्टन पोस्ट कंपनीच्या प्रकाशक आणि मालक त्यांच्या निधनानंतरही कंपनीची कामगिरी उच्च स्तराची होती. परंतु, मोटर वाहने उत्पादन करण्याचा व्यवसाय आणि विमान सेवा व्यवसाय त्यांच्या प्रमुख पदी अत्यंत हुशार व्यक्ती असतानाही दशकानुदशके अडचणीतूनच मार्गक्रमण करीत आहेत. गुंतवणूक करण्यासाठी तुम्ही चांगली कंपनीच निवडा. एखादी प्रचंड हुशार व्यक्ती जरी साधारण दर्जाच्या कंपनीच्या प्रमुख पदी असेल तरी त्या कंपनीपासून दूरच रहा.

८७

आपण काय करीत आहोत याची माहिती नसेल तर ते धोक्याचे ठरते.

ज्या कंपनीच्या भवितव्याचा आपल्याला अंदाज करता येत नाही, अशा कंपनीचे शेअर्स बाजारामध्ये लोक पसंत करीत नसताना आपण विकत घेणे म्हणजे धोकादायक व्यवहार करणे आहे. आपण शेअर खरेदी करण्यासाठी मोजलेली किंमत योग्य आहे की नाही हे कळेपर्यंत खूप उशीर झालेला असतो. आपण कुठल्या क्षेत्रात आणि व्यवसायात गुंतवणूक करीत आहोत हे पूर्णपणे माहीत असेल तरच ती गुंतवणूक धोक्याची ठरत नाही. कोणतीही खरेदी करण्यापूर्वी मी ती का करीत आहे याची कारणे कागदावर लिहून काढतो. माझी ही पद्धत चुकीची असेल; परंतु, कोका कोलासारख्या कंपनीमध्ये तीनशेवीस कोटी डॉलर्स गुंतवणूक करताना ती का करीत आहे हे माहीत नसेल तर अशी गुंतवणूक करू नये. आपण एखादी गुंतवणूक का करीत आहोत याचे उत्तर एक नाही; पण, अनेक वेळा मिळाले म्हणजे तुम्ही उत्तम आर्थिक कमाई करू शकाल. स्वतःला प्रश्न विचारून आपण विचारप्रवृत्त होतो आणि त्या प्रश्नांच्या उत्तरातून आपण कृती करावी की नाही हे समजते. गुंतवणूक करण्यास योग्य व्यवसाय कोणता हे शोधण्यापेक्षा योग्य प्रश्नांची योग्य उत्तरे शोधणे हे महत्त्वाचे आहे.

८८

IPOमध्ये शेअर विकत घेणे योग्य नाही.

एखाद्या गुंतवणूक क्षेत्रातील बँकेमार्फत जेव्हा स्टॉक किंवा बाँड IPOच्या स्वरूपात बाजारात विक्रीसाठी येतात, त्या संदर्भात उपरोल्लेखित मत वॉरेन यांनी व्यक्त केले आहे. त्यांच्या मते, या शेअरची पूर्ण किंमत त्या बँकेस मिळत असते. वैयक्तिक गुंतवणूकदारास हे शेअर किंवा बाँड वाजवी किमतीत मिळणार नाहीत. आपल्या कारकिर्दीच्या सुरुवातीपासून IPOपासून वॉरेन दूरच राहिले आहेत. काही काळ बाजारात त्या शेअरची खरेदी आणि विक्री होईपर्यंत वॉरेन थांबून राहतात आणि फक्त नजीकच्याच काळाचा विचार करणाऱ्या लोकांकडून शेअर कमी किमतीत मिळण्याची वाट पाहतात. बँकेकडून तुम्हाला कधीच रास्त किमतीला शेअर मिळणार नाही; परंतु, शेअर बाजारात तसा मिळेल हा एक सोपा नियम आहे.

८९

आमचा असा विश्वास आहे की व्यवस्थापकांनी प्रामाणिक असणे फायद्याचे ठरते. इतरांची दिशाभूल करणारा प्रमुख कार्यकारी अधिकारी कालांतराने स्वत:चीही दिशाभूल करतो.

आपल्या चुका लोकांपाशी प्रामाणिकपणे कबूल करणारा प्रमुख कार्यकारी अधिकारी त्या चुकांपासून बोध घेऊ शकतो. आपल्या चुकांचे खापर दुसऱ्या व्यक्तीवर किंवा गोष्टींवर फोडणारा प्रमुख कार्यकारी अधिकारी पुढेमागे स्वत:शीही महत्त्वाच्या बाबतीतही खोटे बोलेल आणि निश्चितच कंपनीच्या भागधारकांनाही प्रामाणिकपणे माहिती देणार नाही. हिशोबात गफलत करण्याच्या बाबतीत हे पूर्णपणे लागू पडते. काही ठरावीक हिशोबात गोलमाल करण्याची सवय पुढे सर्वच हिशोबांत गोलमाल करण्यास प्रवृत्त करते. वर्षअखेरीस कंपनीचे आर्थिक निकाल चांगले असतील अशी आश्वासने देणारा व्यवस्थापक हिशोबात गडबड करून तसे खोटे चित्र दाखवण्यास स्वतः उद्युक्त होईल. असे खोटेनाटे हिशोब सादर करणारे लोक तुरुंगवास भोगतात; परंतु, दुर्दैव असे आहे की त्यांचा खोटेपणा उघडकीस येईपर्यंत भागधारकांचे पैसे आणि कर्मचाऱ्यांच्या निवृत्तिवेतनासाठी राखीव ठेवलेली गंगाजळीसुद्धा नष्ट झालेली असते.

१०

एखादी गोष्ट करणं योग्य नसेल तर ती कितीही चांगल्या तऱ्हेने करण्याचा प्रयत्न करू नये.

✷

ज्या व्यवसायांना मुळातच भवितव्य सुमार आहे, तेथे वर्षांनुवर्षे कितीही खटपट केली तरी चांगली अर्थप्राप्ती व्हायची शक्यता कमीच असते. त्यामुळे ज्यातून काही चांगले उत्पन्न होणार नाही त्यासाठी अधिक परिश्रम करायची आवश्यकताच काय? या व्यवसायातून काहीच अर्थप्राप्ती होणार नाही, तेथे खूप चांगले प्रयत्न कशासाठी करावेत? जर एखादा व्यवसाय भरकटलेला असेल आणि कितीही सकारात्मक प्रयत्न केले तरी त्यातून काहीही निष्पन्न होणार नसेल तर त्यातून बाहेर पडून दुसरा चांगला लाभदायक व्यवसाय पहा.

वस्त्रोद्योगाच्या बाबतीत वॉरेन यांनी हा अनुभव घेतला आहे. हा व्यवसाय कितीही चांगल्या तऱ्हेने केला, त्यामध्ये खूप नावीन्य आणले आणि मोठ्या प्रमाणावर पैसा ओतला, तरी फारसे काही निष्पन्न होत नसे. त्यांचे प्रतिस्पर्धी अमेरिकेतील किमतीपेक्षा परदेशात कमी किमतीत कापड उत्पादन करून आणीत असत. हा व्यवसाय चालू ठेवण्यात काहीच अर्थ यातून नाही हे लक्षात घेऊन वॉरेन यांना तो बंद करण्याचा दुःखदायक निर्णय घ्यावा लागला.

९१

तुम्ही किती चांगल्या प्रकारे काम करता यापेक्षा, तुम्ही कोणत्या व्यवसायात किंवा क्षेत्रात कार्यरत आहात यावर तुमच्या यशस्वी व्यवस्थापन कारकिर्दीची नोंद अवलंबून आहे. तुम्ही प्रवास करीत असलेल्या जहाजात जर मोठ्या प्रमाणात गळती होत असेल तर त्याच्या दुरुस्तीचे श्रम करण्यापेक्षा जहाज बदलण्याचे कष्ट घेतले तर ते जास्त फायदेशीर ठरते.

✷

जगातील उत्तम घोडेस्वारसुद्धा लंगड्या घोड्यावर सवारी करून शर्यत जिंकू शकणार नाही. पण, सातत्याने विजयी होणाऱ्या उत्तम घोड्यावर मध्यम प्रतीचा स्वारसुद्धा विजयी होऊ शकेल. तुमचे शिक्षण संपल्यानंतर एखाद्या उच्च दर्जाच्या आणि आर्थिक सुस्थिती कायम राहील अशा कंपनीमध्ये नोकरी करा म्हणजे तुमची प्रतिमा उंचावेल आणि तुम्हाला वेतनही चांगले मिळेल. तुम्ही जर अशा प्रकारच्या कंपनीमध्ये काम करीत असाल तर ती नोकरी सोडण्यापूर्वी पूर्ण विचार करा. दुसरी एखादी आकर्षक भासणारी कंपनी कदाचित वॉरेन यांनी वर सांगितल्याप्रमाणे बुडत असलेले जहाजही असू शकेल. अशा ठिकाणी तुम्ही कितीही नेटाने प्रयत्न केलेत तरीही तुमची प्रगती होणार नाही.

या चुकांपासून सावधान

१२

आम्ही कधीही मागे वळून पाहत नाही. आपण पूर्वी काय करू शकलो असतो, याचा विचार करण्यात काहीच अर्थ नाही. त्यापेक्षा आगामी काळावर लक्ष केंद्रित करणे खूप श्रेयस्कर.

आपल्या आयुष्याबद्दल, केलेल्या व्यवसायाबद्दल आणि गुंतवणुकीबद्दल पश्चात्ताप करण्याची वेळ वॉरेन यांच्यावर कधी आली नाही. गुंतवणूक व्यवसायामध्ये काही वेळेला संधी आपल्या हातातून निसटून जातात, ज्या शेअर्सच्या किमती वर गेल्या, ते शेअर्स घेण्याचे राहून जाते. आपण एखाद्या कंपनीचे शेअर्स विकल्यावर त्याची किंमत बाजारात वर गेली तर नंतर कित्येक महिने आपण स्वत:ला दोष देत राहता. समजा, तुम्ही ते शेअर विकले नाहीत आणि त्याची किंमत खाली जात राहिली तरीही तुम्ही स्वत:ला आणि इतरांना दोष द्याल. तुमच्या व्यवसायातील निर्णयांनादेखील हेच लागू पडते. तुम्ही घेतलेल्या शंभर निर्णयांपैकी दहा चुकीचे ठरले आणि त्या चुकांच्या विचारात बुडून गेलात तर जे नवीन निर्णय घ्यायचे आहेत त्याकडे तुमचे दुर्लक्ष होईल.

गुंतवणुकीच्या क्षेत्रात दररोज सतत नवनवीन संधी येत राहतात. झालेल्या चुकांवर विचार करण्यात फार वेळ न दवडता त्यातून योग्य तो बोध घ्या. त्यातून मिळालेल्या शिकवणुकीद्वारे आज समोर असलेल्या अडचणींवर मात करा. गुंतवणुकीच्या क्षेत्रात काही संधी हातातून निसटल्या तरी तुमचे नुकसान होणार नाही. आपण घेतलेल्या निर्णयाची अंमलबजावणी करताना चुका होणार नाहीत, याकडे लक्ष द्या.

१३

माझ्या झालेल्या चुकीची कारणे मला देता आली पाहिजेत. म्हणजेच ज्या गोष्टींची मला पूर्ण माहिती आहे त्याच मी करतो.

आपण निश्चित काय करीत आहोत, हे माहीत नसेल तर ते करण्यात काय अर्थ आहे? गुंतवणूक करण्याचा योग्य दृष्टिकोन म्हणजे तर्कसंगत आणि पूर्ण विचार करणे. केवळ अंतस्थ प्रेरणेने गुंतवणूक करीत नसतात. अज्ञानात सुख असते हे गुंतवणुकीच्या बाबतीत लागू पडत नाही. अज्ञानाने केलेल्या गुंतवणुकीचे परिणाम भयंकर होतील. एखादी गोष्ट आपण का केली आणि काय बरोबर केले याचे स्पष्टीकरण देता येत असेल तरच आपण काय चूक केली, याचेही स्पष्टीकरण देता येते. चांगला आणि वाईट व्यवसाय यांतील फरक आपल्याला समजला पाहिजे. एखादी कंपनी विकत घेताना त्यासाठी लागणारी किंमत रास्त दरापेक्षा कमी आहे की जास्त आहे हे ठरवता आले पाहिजे. हे जर तुम्हाला ठरवता येत नसेल तर ज्याला त्यातील माहिती आहे अशी व्यक्ती शोधा. जर हे केले नाही तर जुगार खेळण्यासारखे होईल ज्यामध्ये तुम्ही कधीच जिंकू शकत नाही.

१४

तुम्ही चुका केल्या नाहीत तर तुम्हाला निर्णयही घेता येणार नाहीत.

काही जणांना निर्णय घेणे जमते आणि काही जणांना जमत नाही. ज्यांच्याकडे निर्णयक्षमता आहे ते नेतृत्व करतील आणि ज्यांना निर्णय घेता येत नाही ते मागे राहतील. निर्णय घेत असताना काही चुका होणे हा त्यातीलच एक भाग आहे. दिवसभरात जर तुम्ही दहा-बारा निर्णय घेत असाल तर त्यातील काही चुकीचे असू शकतील. अशा चुका जर वारंवार केल्या, तर मात्र तुम्ही नेतेपदी राहू शकणार नाही. तुमचे नेतृत्व मान्य करणारे लोकच दुसरा नेता तुमच्या जागी शोधतील. कंपनीचा प्रमुख कार्यकारी अधिकारी जर भागधारकांसाठी भरपूर पैसे मिळवून देत असेल तर त्यांच्या चुका क्षम्य ठरतील. निर्णय घेणे आणि पुढील निर्णय घेण्यासाठी तयार राहणे हे महत्त्वाचे आहे. जर निर्णय घेण्यास तुम्ही विलंब लावत असाल तर निर्णय घ्यायचाच नाही असे तुम्ही ठरविल्यासारखे होईल. निर्णय घेण्यास वारंवार विलंब होत असेल तर कामे तुंबून राहतात. काहीच काम होत नाही आणि व्यवसायात कमाईही होत नाही. तुम्ही घेतलेला निर्णय चुकीचा ठरला तर त्यावर फार वेळ न घालवता पुढील कामासाठी आणि निर्णयासाठी तयार व्हा, असा सल्ला वॉरेन देतात. क्रे सुपर कम्प्यूटर्स या कंपनीचे कल्पक अभियंता सेमूर क्रे यांना इतरांपेक्षा त्यांचे वैशिष्ट्य काय आहे असे विचारले असताना त्यांनी सांगितले की आपल्या प्रयोगशीलतेमुळे झालेल्या चुका स्वीकारण्याची त्यांची तयारी, हे आहे. तीन वेळेला अपयश आले तर इतर अभियंते प्रयत्न करण्याचे सोडून देतात; परंतु, कितीही चुका झाल्या तरी यश मिळेपर्यंत ते सतत

प्रयत्न करीत राहतात. मोठ्या यशाच्या मार्गावर अनेक चुका असतात त्यावर मात करणे आवश्यक आहे. तुम्हाला नेतृत्व करण्याची आवड नसेल तर तुम्ही केव्हाही अनुयायी होऊ शकता.

आपल्या क्षमतेचे क्षितिज

१५

सुसंगत आणि योग्य गुंतवणूक करावी. पूर्ण आकलन झालेले नसेल तर गुंतवणूक करू नये.

आपण ज्या ज्या व्यवसायात गुंतवणूक करीत आहोत त्याबद्दल वॉरेन पूर्ण माहिती करून घेतात. त्यांच्या यशाचे सर्वांत मोठे रहस्य हेच आहे. एखाद्या गोष्टीची पूर्ण माहिती नसेल तर ते त्यामध्ये गुंतवणूक करीत नाहीत. उच्च तंत्रज्ञान क्षेत्रातील कंपन्या नेमके काय करतात हे समजत नसल्यामुळे अशा कंपन्यांमध्ये गुंतवणूक करण्यापासून वॉरेन दूरच राहिले आहेत. ज्या उद्योगक्षेत्रांमध्ये वारंवार बदल होतात आणि आगामी काळात काय होईल याचा अंदाज करता येत नाही, अशा क्षेत्रांमध्येही वॉरेन गुंतवणूक करीत नाहीत. ज्याबद्दल आपल्याला खात्री आहे, जो व्यवसाय आपल्याला समजतो आणि ज्याला आकर्षक किंमत मिळते अशा गोष्टी वॉरेन यांना पसंत पडतात. शेअर बाजारातील सट्टेबाजी ते इतरांवर सोपवतात.

अशा तर्कसंगत गुंतवणूक करण्याच्या प्रवृत्तीमुळे इंटरनेट आणि उच्च तंत्रज्ञान या क्षेत्रांत गुंतवणूक करण्याचे धाडस वॉरेन यांनी केले नाही. जो व्यवसाय कदाचित मुळीच फायद्याचा ठरणार नाही, अशामध्ये ते गुंतवणूक करीत नाहीत. तसेच, तंत्रज्ञानातील क्रांतीमुळे जर एखादा व्यवसाय कालबाह्य ठरणार असेल तर त्यासाठी प्रचंड किंमत मोजण्याची त्यांची तयारी नसते. अशी कल्पना करा की, याहूसारखी कंपनी आज आपण ४४० कोटी डॉलर्सला विकत घेऊ शकता आणि त्यायोगे आपणास दरवर्षी अठरा कोटी डॉलर्स मिळतील. परंतु, तीच रक्कम आपण अमेरिकन सरकारच्या ट्रेझरी बाँडमध्ये गुंतवणूक करून दरवर्षी बावीस कोटी डॉलर्स मिळवू शकाल.

यातील कोणती गुंतवणूक जास्त आकर्षक वाटते? कोणती गुंतवणूक जोखमीची किंवा जुगारासारखा वाटते? कोणती गुंतवणूक तुम्हाला पूर्णपणे समजते आणि कोणती समजत नाही? कदाचित, दहा वर्षांत याहूसारखी कंपनी तंत्रज्ञान क्षेत्रात टिकणारही नाही; पण, अमेरिकेची भरभराटच होत राहील. यावरून आपल्या असे लक्षात येईल की वॉरेन यांच्यासारखा विचार करणे फारसे अवघड नाही.

१६

एखादी नवी कल्पना किंवा विचार तुम्हाला समजला तर तो तुम्ही इतरांना समजेल अशा पद्धतीने सांगू शकता.

एखाद्या व्यवसायात गुंतवणूक करण्यापूर्वी वरील पद्धतीने वॉरेन त्याची चाचणी करून बघतात. या व्यवसायाबद्दल आपण जर इतरांना समजावू शकलो नाही तर त्याची आपल्याला माहिती नाही असे समजावे. एखादा व्यवसाय जर आपल्याला समजला नाही तर त्यात वॉरेन गुंतवणूक करीत नाहीत आणि तुम्हीही करू नये. एखाद्या गुंतवणुकीसंबंधी माहिती देण्याचा प्रयत्न करीत असताना मुळात ती आपल्याला पूर्णपणे समजली असणे आवश्यक आहे. हा मापदंड लावल्यामुळे एखाद्या कंपनीचे शेअर विकत घेण्यापूर्वी त्या कंपनीची सखोल माहिती करून घेणे आवश्यक ठरते. वॉरेन यांचा नियम अतिशय सोपा आहे - एखादी गोष्ट तुम्ही समजावून सांगू शकत नसाल तर त्यापासून दूर रहा.

१७

एखाद्या कंपनीचे व्यवस्थापन करण्यासाठी जर त्यांना माझी आवश्यकता पडत असेल तर त्या परिस्थितीत ती कंपनी आणि मी दोघेही संकटात असू.

तुम्ही उत्तम गुंतवणूकदार आहात याचा अर्थ तुम्ही उत्तम व्यवस्थापनसुद्धा करू शकाल असे नाही. स्वतःकडे कौशल्य असणे आणि कौशल्य ओळखू येणे यांत फरक आहे. ज्याप्रमाणे एखादा फुटबॉलचा प्रशिक्षक उत्तम खेळाडू कोण आहे हे जाणतो त्याचप्रमाणे उत्तम गुंतवणूकदारास कौशल्य किंवा प्रतिभा ओळखता येणे आवश्यक आहे. वॉरेन स्वतः उत्तम व्यवस्थापक नाहीत; परंतु, व्यवस्थापन करण्यास योग्य व्यक्तीमध्ये काय गुण असणे आवश्यक आहे हे त्यांना माहीत आहे.

स्वत:च्या व इतरांच्या क्षमता ओळखणे आणि त्यांचा यथायोग्य पूर्ण उपयोग करून घेणे हे एखादा व्यवसाय यशस्वी करण्यामागचे रहस्य आहे. विकत घेण्यास योग्य अशा ज्या कंपनीमध्ये सक्षम व्यवस्थापन आहे अशी कंपनी योग्य किमतीत विकत घेऊन तेथील व्यवस्थापकांना पूर्ण स्वातंत्र्य देणे, या तंत्राने विविध क्षेत्रांतील कंपन्या वॉरेन यांनी विकत घेऊन स्वत:चे व्यावसायिक साम्राज्य वाढवले. मॅक्लीन या वॉरेन यांच्या बर्कशायर या कंपनीच्या अंतर्गत असलेल्या कंपनीचे प्रमुख कार्यकारी अधिकारी ग्रेडी रोझीअर यांनी कंपनीसाठी दोन विमाने विकत घेण्याची परवानगी मागितली तेव्हा वॉरेन यानी त्यांना सांगितले की मॅक्लीनचे व्यवस्थापन तुमच्याकडे आहे; त्यामुळे हा निर्णयही तुम्ही घ्यायचा आहे.

बर्कशायर या कंपनीमध्ये एकूण कर्मचारी संख्या १,८०,००० आहे; परंतु, त्यातील फक्त सतरा कर्मचारी मुख्य कार्यालयात आहेत. स्वत:च्या कार्यक्षेत्रातील सर्व निर्णय घेण्याची जबाबदारी वॉरेन आपल्या व्यवस्थापकांवरच सोपवतात. आपापल्या कामाची पूर्ण जबाबदारी घेण्याचे स्वातंत्र्य जर तुम्ही तुमच्या सहकाऱ्यांना देत असाल तर एखादी मोठी अगडबंब कंपनी चालवणेसुद्धा सोपे आहे. योग्य क्षमतेचे व्यवस्थापक निवडणे आणि आपले काम करण्याची त्यांना पूर्ण मुभा देणे ही यामागची गुरुकिल्ली आहे.

१८

आमची कार्यपद्धती अतिशय सोपी आहे. प्रामाणिक आणि कार्यक्षम अधिकारी असलेल्या आणि व्यवसाय वृद्धिंगत होऊ शकेल, अशा चांगल्या कंपन्या आम्ही योग्य किमतीत विकत घेतो. फक्त हेच करण्याचाच मी प्रयत्न करतो.

✳

एखादा व्यवसाय चांगला आहे की नाही आणि तो वृद्धिंगत होईल की नाही हे समजण्यासाठी त्या व्यवसायाची पूर्ण माहिती असणे आवश्यक आहे. तेथील व्यवस्थापन प्रामाणिक आणि कार्यक्षम आहे की नाही आणि तो व्यवसाय योग्य किमतीत उपलब्ध आहे की नाही, हे समजण्यासाठी त्याची सखोल माहिती असणे आवश्यक आहे. व्यवसाय पूर्णपणे माहीत करून घेणे हे वॉरेन यांच्या यशामागचे एक गमक आहे. त्या व्यवसायाची संपूर्ण माहिती नसेल तर त्याचा भविष्यकाळ कसा आहे, व्यवस्थापन प्रामाणिक आणि सक्षम आहे की नाही आणि त्यासाठी द्यावी लागणारी किंमत योग्य आहे की नाही हे समजणार नाही.

जे व्यवसाय आपल्याला पूर्णपणे माहीत आहेत, तेच वॉरेन स्वत:च्या कार्यक्षेत्रात आणतात. जे व्यवसाय आपल्याला समजत नाहीत ते आपल्या कार्यक्षेत्राच्या बाहेर अन्य लोकांसाठी ठेवतात.

९९

आमच्या कार्यक्षेत्रातील व्यवसाय मिळाले नाहीत तर आम्ही आमच्या कार्यक्षेत्राच्या कक्षा विस्तारत नाही. आम्ही थांबून राहतो.

गुंतवणूक करताना वॉरेन आपल्या क्षमतांच्या मर्यादेवर अवलंबून असतात. एखादी कंपनी आपल्या कार्यक्षेत्रात असेल आणि योग्य किमतीत मिळत असेल तर वॉरेन तिचा विचार करतील. परंतु, आपल्या क्षमतांच्या बाहेर असलेल्या कंपनीकडे वॉरेन ढुंकूनही पाहणार नाहीत. जे व्यवसाय सध्या लोकांच्या पसंतीचे नाहीत, अशा व्यवसायांचा ते विचार करीत असतात हे लक्षात घेतले पाहिजे. त्या व्यवसायाचा भविष्यकाळ कसा आहे हे समजण्यासाठी त्याचा मूलभूत आर्थिक साचा कसा आहे हे समजणे आवश्यक आहे. ज्या व्यवसायाची आपल्याला माहिती नाही त्याच्या भविष्याबद्दल ते खात्री देऊ शकत नाहीत. आपल्याला माहीत असलेला व्यवसाय योग्य किमतीत मिळेपर्यंत दीर्घ प्रतीक्षा ते करतात. १९६७ साली त्यांनी आपल्या भागीदारांना पत्र लिहून कळवले की ते त्यांचे पैसे परत करीत आहेत; कारण, आपल्याला समजतील अशा गुंतवणूक करण्यायोग्य कंपन्या रास्त किमतीत मिळणे दुरापास्त झाले आहे. त्यानंतर १९७३ साली शेअर मार्केट गडगडल्यानंतर चांगल्या कंपन्या अतिशय माफक किमतीत मिळेपर्यंत ते थांबले होते. आपल्या तत्त्वांना घट्ट चिकटून राहण्याचा आग्रह धरणे आणि धीर धरणे यामुळेच गुंतवणूक करण्यास योग्य कंपनी निवडता येते आणि ते फायदेशीर ठरते. योग्य कंपनी, पण चुकीची किंमत आणि अयोग्य कंपनी, पण रास्त किंमत या दोन्ही व्यवहारांत नुकसान होते.

योग्य कंपनी निवडणे आणि आणि योग्य किंमत मोजणे यातूनच तुम्ही यशस्वी होता. आणि हे होण्यासाठी तुम्हाला काही वेळेला वॉरेन यांच्याप्रमाणेच दीर्घ प्रतीक्षा करावी लागते. गुंतवणुकीच्या क्षेत्रात संयम फायदेशीर ठरतो.

१००

कितीही मूर्खपणाच्या व्यवसायाची कल्पना एखाद्या कंपनीच्या प्रमुखाने मांडली तरीही त्याचे कनिष्ठ सहकारी त्याच्या समर्थनार्थ अनेक पुरावे देतात.

✷

आपली नोकरी टिकविण्यासाठी आपल्याला पटत नसतानाही वरिष्ठांच्या म्हणण्यास दुजोरा देऊन आपण त्यांना खूश करीत असता. ''मी तुम्हाला हे आधीच सांगितले होते'', या म्हणण्याचा तुमच्या कार्यक्षेत्रात काहीच फायदा नसतो. ''तुमची कल्पना खूपच छान आहे साहेब'', असे म्हटल्यास तुमची प्रगती होते. आणि ती कल्पना फारशी चांगली नसेल तर ''साहेब वाईट वाटून घेऊ नका. पण, आम्हाला सर्वांना असे वाटले की कल्पना चांगली आहे'', असे तुम्ही उद्गारता. दुर्दशा झाली असतानासुद्धा आपल्याबरोबर कोणीतरी आहे असे समजण्याचा मूर्खपणा काही जण करतात. त्यामुळे आपल्याला जेव्हा सल्ला आवश्यक आहे तेव्हा वॉरेन आरशात पाहतात. असा सल्ला झटकन मिळतो, स्वस्त पडतो आणि तुमचा आधीचा विचार चुकीचा किंवा बरोबर असला तरी तुम्ही त्याच हुशार निर्णयाप्रत येता. कामाच्या ठिकाणी जर तुम्ही तुमचे स्वत:चे निर्णय घेऊ शकत नसाल तर आपल्या आयुष्यात तरी आपले निर्णय स्वतः घ्या.

१०१

व्यवसायाच्या जगात आगामी काळात काय घडणार आहे याच्या माहितीपेक्षा काय घडून गेलेले आहे हे पूर्णपणे ज्ञात असते.

✳

व्यवसायामध्ये पश्चातबुद्धीने सुचलेले शहाणपण नेहमीच परिपूर्ण असते. परंतु, भविष्यकाळ हा व्यवसायातील बदलत जाणाऱ्या वातावरणात दडलेला असतो. आपला पुढील मार्ग जर स्पष्ट दिसत नसेल तर आपण कोठे जात आहोत हे सांगता येत नाही. याच कारणास्तव वॉरेन नेहमी तंत्रज्ञान क्षेत्रापासून दूर राहिलेले आहेत. या क्षेत्रात पुढे काय घडणार आहे याची आपल्याला माहिती नाही आणि त्यांच्या मते या व्यवसायाची थोडीफार माहिती असलेले त्यांचे मित्रवर्य बिल गेट्स यांनाही पुढे काय होणार आहे याची कल्पना नाही. यामुळेच पूर्वी ज्यांचा अनुभव आहे अशाच कंपन्या आणि वस्तू यांपुरताच आपला व्यवसाय ते मर्यादित ठेवतात. पुढील पंधरा वर्षांत अशा कंपन्यांचा व्यवसाय कसा असणार आहे याचा त्यांना अंदाज आहे. दाढी करणे, च्युइंगम खाणे, कोका कोला प्राशन करणे, आपल्या मोटर वाहनांचा विमा उतरवणे आणि कडक उन्हाळ्यात मुलांना घेऊन डेअरी क्वीन आइसक्रीम खायला जाणे- अशा सवयींत लोकांमध्ये कदापि बदल होणार नाही. ज्या व्यवसायात पुढे काय घडणार आहे हे अनिश्चित आहे, त्यामध्ये वॉरेन यांना अजिबात रस नाही. ज्या व्यवसायात पुढे जाऊन काय होणार आहे याची माहिती आहे अशाच गोष्टींकडे ते लक्ष देतात. अशा व्यवसायांचे दीर्घकालीन मूल्य काय असेल आणि शेअर बाजारात त्याची किंमत ठरवण्यात चूक होते आहे का हे ते ठरवू शकतात.

१०२

व्यवसाय उत्तम करणारा किंवा चांगला खेळाडू किंवा चांगला कलाकार जेव्हा सर्वच बाबतींत सल्ला द्यायला लागतो तेव्हा अशा व्यक्तींपासून मी सावध राहतो. आम्ही भरपूर पैसे मिळवले आहेत त्यामुळे कोणत्याही बाबतीत सल्ला देण्यामध्ये आम्ही वाकबगार आहोत, असे वाटत असल्यास तो मूर्खपणा आहे.

ज्या कंपन्यांचा व्यवसाय व कार्यपद्धती आपल्याला माहीत आहे आणि आपल्या क्षमता यानुसारच गुंतवणूक करण्याचा वॉरेन यांचा सिद्धान्त याच्याशी वरील वाक्याचा संदर्भ आहे. आपल्याला माहीत नसलेल्या क्षेत्रात ते गुंतवणूक करीत नाहीत आणि त्या बाबतीत ते सल्लापण देत नाहीत. आपल्याला माहीत असलेल्या क्षेत्रातच वावर करणे हेच त्यांच्या नेहमी हुशार दिसण्यामागचे रहस्य असावे. आपण खूप पैसा मिळविला असल्यामुळे सर्वच क्षेत्रांत बुद्धिमान आहोत असे समजण्याची अप्रिय चूक काही धनाढ्य करतात.

स्वतः निरक्षर असलेल्या श्रीमती ब्लमकिन त्यांच्या अंतकाळी शेअर बाजारातील हार्वर्डसारख्या उत्कृष्ट विद्यापीठात शिकलेल्या तज्ज्ञ लोकांपेक्षा श्रीमंत होत्या. शिकलेल्या नसल्या, तरी फर्निचर खरेदी आणि विक्रीमधून चांगला नफा कसा मिळवायचा हे त्यांना पूर्णपणे माहीत होते. वॉरेन यांच्या दृष्टीने सॅनफ्रान्सिस्कोमध्ये फर्निचर विकत घेण्याऐवजी ओमाहामध्ये विकत घेऊन वाहतुकीचा खर्च करून पाठवणे स्वस्त पडे. फर्निचर इतक्या स्वस्तात विकता येणे यामधील मेख म्हणजे त्याच्या खरेदीची किंमत-

असे श्रीमती ब्लमकिन यांनी वॉरेन यांच्या प्रश्नास उत्तर देताना सांगितले. आपली खरेदीची किंमत जर खूप कमी असेल तर प्रतिस्पर्ध्यांच्या विक्रीच्या किमतीपेक्षा कमी किमतीत विक्री करूनही पुरेसा नफा कमावणे शक्य होते. इतक्या कमी किमतीत खरेदी करणे त्यांना कसे परवडते? त्यांचे प्रतिस्पर्धी उधारीवर माल विकत घेताना पूर्ण किंमत मोजत असत. याउलट, खूप मोठ्या प्रमाणात खरेदी आणि रोख किंमत यांमुळे श्रीमती ब्लमकिन यांना खरेदीच्या किमतीवर मोठी सवलत मिळत असे. खरेदी केलेले फर्निचर स्वत:च्या मालकीच्या इमारतीमध्ये त्या ठेवत; त्यामुळे त्यांचा भाडेखर्च वाचत असे. त्यांना जरी लिहिता आणि वाचता येत नसले तरी पैशाचा हिशोब उत्तम ठेवता येत असे.

आपल्याला ज्या क्षेत्राची माहिती आहे त्यातच व्यवहार करा, म्हणजे तुम्ही मूर्ख ठरणार नाही हा बोध यातून घेता येतो. जरी तुम्ही निरक्षर असला तरी या पद्धतीने तुम्ही प्रचंड संपत्ती कमवू शकता.

१०३

स्वत:च्या चुकांमुळेच गुंतवणूकदारांचे नुकसान होते, अर्थव्यवस्थेमुळे नाही.

✷

आपल्याकडचे शेअर विकून दुसरे शेअर घेणे, ज्या कंपनीची आर्थिक कमाई त्यांच्या बाजारातील शेअरच्या किमतीस पाठबळ देऊ शकत नाही, अशा कंपनीचे शेअर्स अवाजवी किमतीत विकत घेण्यामुळे नुकसान होते. तुम्हाला भरपूर आर्थिक कमाई करून देण्याचे आमिष दाखवून वारंवार शेअर खरेदी-विक्री करण्यास सांगणारे व्यवस्थापक प्रत्येक व्यवहारामागे तुम्हाला शुल्क आकारतात. त्यामुळेही आर्थिक गळती होते. शेअर बाजाराचा आणि कंपन्यांचा पुरेसा अभ्यास करण्याची इच्छा नसणे आणि गुंतवणूक व्यवसायाच्या मूलतत्त्वांचा अभ्यास न करता केवळ बाजारात लोकप्रिय आहेत अशा शेअर्सची खरेदी आंधळेपणाने करणे हेसुद्धा नुकसानीस कारणीभूत ठरते. झटपट आणि सोप्या मार्गाने पैसे मिळविण्याच्या मागे लागून जुगारी वृत्तीने अधिकाधिक पैसे गुंतवणूक केल्याने त्यांची आर्थिक स्थिती ओढाताणीची होते. इतर लोक आपल्या आधी शेअर विकतील अशी घबराट उत्पन्न झाल्याने खूप कमी किमतीस शेअर विकले तर नुकसान होते. शेअर विकत घेणे म्हणजे त्या कंपनीच्या व्यवसायाचा काही भाग विकत घेणे असा तर्कसंगत विचार न करता भावनेच्या भरात केलेल्या चुकीच्या गुंतवणुकीतून तोटा होतो. कंपनीच्या दीर्घकालीन मूल्याचा विचार न करता नजीकच्या काळाचा विचार करून झटपट नफा कमावण्याच्या उद्देशाने केलेली खरेदी किंवा विक्री नुकसानीची ठरते. सकल राष्ट्रीय उत्पन्न (Gross National Product - GNP) किंवा ग्राहक मूल्य निर्देशांक (Consumer price index) किंवा सरकारने केलेल्या व्याजातील बदल या गोष्टींमुळे नाही, तर वर उल्लेख केलेल्या गोष्टींमुळे गुंतवणूकदारांची आर्थिक हानी होते.

आपण मोजत असलेली किंमत

१०४

खूप लोक कंपनीच्या मूल्याचा विचार न करता निष्कारण बाजारातील शेअरच्या किमतीवरून आपले अंदाज बांधतात. आपण मोजतो ती किंमत असते आणि आपल्याला ज्याची प्राप्ती होते ते मूल्य असते.

आपण किती किंमत मोजतो यावर आपल्याला मिळणारे मूल्य ठरते, यावर वॉरेन यांचा विश्वास आहे. आपण खूप किंमत मोजली असेल तर मूल्य कमी मिळते, जितकी कमी किंमत द्याल तितके मिळणारे मूल्य जास्त असते. जर एखादा व्यावसाय आपण दहा कोटी डॉलर्स देऊन खरेदी केला आणि त्यापासून दरवर्षी एक कोटी डॉलर्स कमाई होत असेल तर अर्थातच आपण मोजलेली किंमत दहा कोटी डॉलर्स आणि मिळणारे मूल्य दरवर्षी एक कोटी डॉलर्स असेल. याच व्यवसायासाठी जर आपण साडेसात कोटी डॉलर्स देऊन जे मूल्य मिळवाल त्यापेक्षा पंधरा कोटी डॉलर्स द्यावे लागले तर मूल्य कमी मिळेल. अधिक किंमत मोजल्यास मूल्य कमी आणि कमी किंमत मोजल्यास जास्त मिळेल. नेहमी कमी किंमत मोजून जास्त मूल्य मिळविणे हेच गुंतवणूक-व्यवसायाचे रहस्य आहे.

१०५

ज्याची किंमत वर जाते ती खाली येईलच असे नाही.

✷

बर्कशायर हॅथवे या आपल्या कंपनीच्या संदर्भात वॉरेन यांनी वरील विधान केले आहे. १९६५ साली या कंपनीच्या शेअरची किंमत १९ डॉलर्स होती. त्यात २००६ साली ९५,००० डॉलर्सपर्यंत वाढ झाली. बर्कशायर हॅथवेसारख्या कंपनीचे अंगभूत मूल्य सातत्याने वाढत जाते; त्यामुळे त्यांच्या शेअरची किंमत वर्षांनुवर्षे वाढते.

१०६

शेअर बाजारात फक्त शेअर्सच्या किमती ठरतात. बाजाराचे अस्तित्व तुमच्या उपयोगी पडण्यासाठी आहे. तुम्ही काय करावे हे ते तुम्हाला सांगत नाही.

वॉरेन यांच्या मते, शेअर बाजारात निरनिराळ्या कंपन्यांच्या शेअर्सच्या किमती अगदी नजीकच्या काळात काय होणार आहे, यावर ठरतात. त्यामुळे त्या सतत खाली-वर होत राहतात. अशा किमतींचा सबंध कंपनीच्या त्या व्यवसायात दीर्घ काळामध्ये काय होणार आहे याच्याशी राहत नाही. भविष्यकाळातील कंपनीच्या मूल्यांवर आधारित शेअरची किंमत ठरण्याऐवजी नजीकच्या काळाचाच दृष्टिकोन घेतल्यामुळे शेअरची किंमत जी असायला पाहिजे त्यापेक्षा काही वेळेला कमी किंवा काही वेळेला खूप जास्त असते. सर्वसाधारणपणे शेअर बाजारामध्ये शेअर्सच्या किमती वास्तवापेक्षा जास्त असतात. कंपनीच्या दीर्घकाळातील मूल्यावर आधारित किमतीपेक्षा शेअर बाजारामध्ये जेव्हा किंमत कमी असते तेव्हा वॉरेन शेअर्स विकत घेतात व बाजारातील घडामोडींमुळे शेअरची किंमत पुन्हा वास्तवापेक्षा अधिक होईपर्यंत वाट पाहतात. अगदी चांगल्या कंपनीचे शेअर्स जेव्हा कमी किमतीत असतात तेव्हा ते विकत घेतात. अशा कंपन्या भागधारकांना लाभांश दिल्यानंतर उर्वरित नफा कंपनीमध्येच शिल्लक टाकतात. त्यामुळे कंपनीचे मूल्य वाढते आणि परिणामी, काही काळातच शेअरची किंमत बाजारात वाढते. ज्या कंपनीची आर्थिक घडी मुळातच सक्षम आहे, त्या कंपनीच्या शेअरची किंमत बाजारातील काही चुकांमुळे थोड्या काळासाठी कमी झाली असली तरीही कालांतराने शेअरच्या किमतीत वाढ होते. फक्त नजीकच्या काळाचाच विचार

करणाऱ्या शेअर बाजाराच्या म्हणण्यापेक्षा कंपनीचे मूल्य दीर्घ मुदतीत त्या कंपनीचा व्यवसाय आणि प्रतिष्ठा कशी असणार आहे, यावर अवलंबून आहे. काय खरेदी करायची आणि केव्हा करायची हा निर्णय सर्वस्वी तुमचा आहे, शेअर बाजाराचा नाही.

१०७

शेअर बाजारातील मूलतत्त्वांवर सुरुवातीला शेअरच्या किमती ठरतात आणि नंतर केव्हातरी लोकांच्या जुगारी वृत्तीचा परिणाम किमतींवर होतो. शहाणे लोक जे सुरुवातीपासून करतात ते मूर्ख लोक मात्र शेवटी करतात, अशी एक गोष्ट आहे.

जेव्हा मूलभूत तत्त्वानुसार शेअर्सच्या किमती फायदेशीर असतील, तेव्हा हुशार लोक ते विकत घेतात त्यामुळे पुढे-मागे किमती कमी झाल्या तरी त्यांचे फारसे नुकसान होत नाही. काळ आणि मूलभूत तत्त्वे हे एकमेकांचे मित्र आहेत. त्यामुळे कालांतराने कंपनीचा नफा किती असेल आणि तिचे खरे मूल्य काय असेल, यानुसार शेअरच्या किमतीत सुधारणा होते. बाजारात जुगारी वृत्ती आली, की मूलभूत गोष्टींकडे दुर्लक्ष होते आणि किमती वाढत जातात आणि जास्त लोक शेअर खरेदी करतात. जुगारी वृत्तीने शेअर्सच्या मागणीत वाढ झाली असेल तर ती केव्हा ना केव्हा तरी थांबते आणि मूलभूत तत्त्वांवर अवलंबून असलेली खरी मागणी समोर येते, हे मुरलेल्या गुंतवणूकदारास पक्के ठाऊक असते. बाजारातील दृष्टिकोन जुगारी असेल तर शेअर्सची मागणी खूप वाढते आणि शेअर्सच्या किमती खूपच वाढलेल्या असतात. परंतु, मागणी जेव्हा योग्य पातळीवर असते तेव्हा शेअर्सची किंमत या वाढलेल्या किमतीपेक्षा खूपच कमी असते. बाजारात शेअर्सची किंमत कमी होत असताना सट्टेबाज वृत्तीने घेऊन ठेवलेले आणि अद्याप न विकलेले शेअर्स तुमच्याकडे असतील तर तुम्ही मूर्ख ठरता.

१०८

जेव्हा एखाद्या लिलावात बोली लावण्याची स्पर्धा युद्धाचे स्वरूप धारण करते तेव्हा कमी बोली लावणाऱ्या बरोबर राहणे शहाणपणाचे ठरते.

✳

जेव्हा लिलावामध्ये बोली लावणाऱ्यांमध्ये तीव्र स्पर्धा उत्पन्न होते तेव्हा लिलावातील वस्तूची किंमत वाढतच जाते. अशा वाढीव किमतीत विकत घेतलेल्या वस्तूंच्या गुंतवणुकीतून होणारा नफा कमी होतो. जेवढी जास्त किंमत द्यावी लागेल तेवढा तो व्यवहार कमी आकर्षक ठरतो आणि जर अव्वाच्या सव्वा किंमत मोजली असेल तर तो व्यवहार खूपच नुकसानीचा ठरतो. लिलावामध्ये स्पर्धा असताना सारासार विचार न करता भावनेच्या भरात बोली लावली जाते. अशा प्रसंगी एखादा प्रमुख कार्यकारी अधिकारी कंपनीच्या म्हणजे भागधारकांच्या पैशातून वेड्यासारखी खूप मोठी किंमत मोजतो. जेव्हा दुसऱ्याचा पैसा वापरायचा असतो तेव्हा अशी मोठी किंमत मोजणे शक्य असते. परंतु, अशा प्रकारे खूप मोठी किंमत मोजून कोणीही पैसे मिळवू शकत नाही.

हेच तंत्र किरकोळ विक्रीच्या व्यवहारातही लागू पडते. आपल्या प्रतिस्पर्ध्यापेक्षा तुमची खरेदीची किंमत जर कमी असेल तर तुमची विक्रीची किंमतही प्रतिस्पर्ध्याच्या किमतीपेक्षा कमी असू शकते आणि तुम्ही त्याच्यावर मात करून नफा कमावू शकता. बर्कशायरने घेतलेल्या नेब्रास्का फर्निचर मार्ट या कंपनीने हेच तंत्र वापरले. मोठ्या प्रमाणावर खरेदी करणे- इतकेच नाही, तर एखाद्या कंपनीच्या संपूर्ण महिन्याचे उत्पादन खरेदी करणे आणि रोखीचा व्यवहार करणे यांमुळे त्यांची खरेदीची किंमत उधारीवर खरेदी करणाऱ्या त्यांच्या प्रतिस्पर्ध्यापेक्षा खूप कमी असे. यामुळे भरपूर नफा

कमावूनसुद्धा नेब्रास्का फर्निचर कंपनीस कमी किमतीत फर्निचर विकता येत असे. त्यामुळे खूप मोठ्या संख्येने ग्राहक आकर्षित होत असत. फर्निचर कमी किमतीत विकूनसुद्धा त्यांचा नफा भरपूर असे. कारण, मुळातच त्यांची खरेदीची किंमत खूप कमी असे. किरकोळ विक्रीच्या व्यवहारात तुमच्या विक्रीच्या किमतीपेक्षा तुमची खरेदीची किंमत हे जास्त महत्त्वाचे असते.

१०९

शेअर बाजारामध्ये चढत जाणाऱ्या किमतीचा फुगा प्रत्येक वेळेला फुटतो आणि काही नवीन गुंतवणूकदारांना जुनाच एक धडा मिळतो.

जेव्हा सर्वसामान्य लोक अति उत्साहाने शेअर खरेदीचा धडाका लावतात, तेव्हा सट्टेबाजीचे वातावरण तयार होते. शेअर बाजारातील चढत्या किमती पाहून आपणही त्यात उडी घ्यावी आणि झटपट पैसे कमवावेत असे लोकांना वाटते. सुमारे दर तीस वर्षांनी आणि विशेषतः जेव्हा नवीन तंत्रज्ञान येते तेव्हा असा प्रकार मोठ्या प्रमाणावर घडतो. रेडिओ, विमाने, मोटर वाहने, संगणक आणि जैवतंत्रज्ञान हे शोध गेल्या शंभर वर्षांत लागले तेव्हा याची प्रचिती आली. शेअर बाजारातील किमती या कंपनीच्या दीर्घ मुदतीतील मूल्यावर आधारित असण्याऐवजी कसिनोमध्ये जशा लोकांच्या आवडी आणि भावना तीव्र असतात तशा असतात. सट्टेबाजीमुळे जेव्हा जेव्हा बाजारात शेअरच्या किमती तेजीमध्ये असत तेव्हा वॉरेन यांनी व्यवहार केले नाहीत. अशा वेळी बाजारात शेअरच्या किमती कंपन्यांच्या आगामी काळातील अपेक्षित नफ्यावर आधारित असत, जो नफा कदाचित होणारही नाही आणि बऱ्याच प्रसंगी झालाही नाही. जेव्हा अपेक्षित नफा झाला नाही, तेव्हा मात्र शेअर्सच्या किमती प्रचंड वेगाने खाली कोसळल्या.

११०

शेअर बाजारात पैसे कमावण्याचा प्रयत्न मी कधीही करीत नाही. उद्यापासून शेअर बाजार पाच वर्षांसाठी बंद होणार आहे, असे गृहीत धरूनच शेअर्सची खरेदी करतो.

✸

वॉरेन जेव्हा शेअर विकत घेतात तेव्हा ती कंपनी किंवा तिचा काही भाग आपण विकत घेत आहोत अशी त्यांची धारणा असते. एखाद्या वैयक्तिक खरेदीदारास ती संपूर्ण कंपनी ज्या किमतीत विकत मिळेल त्याहीपेक्षा कमी किमतीत शेअर बाजाराच्या माध्यमातून त्यांना अशी कंपनी विकत घेता येते. शेअर बाजारापेक्षा शेअर बाजारात गुंतवणूक करणाऱ्या कंपन्या आणि 'उत्तम म्यूच्युअल फंड कंपनी' ही मान्यता मिळण्याचा प्रयत्न करणाऱ्या कंपन्या यावर वॉरेन जास्त अवलंबून आहेत. कारण, या कंपन्या दीर्घ मुदतीतील मूल्यापेक्षा ह्स्व दृष्टिकोनातून काम करतात. तुम्ही जर योग्य कंपनी योग्य किमतीत विकत घेतली तर काळच त्या कंपनीचे मूल्य वाढवतो. कारण, कंपनीचा आर्थिक पाया मुळातच मजबूत असतो. याचाच परिणाम म्हणजे बाजारातील या कंपनीच्या शेअर्सची किंमत सतत वाढत जाते आणि तुम्ही अधिकाधिक श्रीमंत होत जाता. शेअर बाजार जरी पाच वर्षांसाठी बंद झाला तरीही कंपनीचे आर्थिक मूल्य वाढतच जाते. नजीकच्या काळात कंपनीचे मूल्य काय आहे, याचा अंदाज देणारी जागा म्हणजे शेअर मार्केट- हे लक्षात ठेवा. जर एखाद्या कंपनीचे शेअर तुमच्याकडे पाच वर्षे असतील तर त्या शेअर्सची किंमत पहिल्या वर्षापासून चौथ्या वर्षापर्यंत काय आहे, या शेअर मार्केटच्या मताचा तुमच्यावर काहीही परिणाम होत नाही. फक्त जेव्हा तुम्हाला शेअर्स विकायचे असतील तेव्हा मात्र बाजारातील शेअर्सची किंमत महत्त्वाची ठरते.

दीर्घ मुदतीमधील आर्थिक लाभाचे रहस्य म्हणजे शेअर बाजाराच्या मूर्खपणाचा फायदा घेणे

१११

शेअर बाजारांनी नजीकच्या काळाचा विचार करून केलेल्या चुकांचा फायदा घेऊन व दीर्घ मुदतीअंती कंपनीच्या मूल्यावर विसंबून आपला फायदा करून घेणे हे यशाचे रहस्य आहे.

शेअर बाजारामध्ये धीर धरूनच व्यवहार करावे लागतात. क्रिकेटच्या खेळातसुद्धा फलंदाजाने प्रत्येक चेंडूवर मोठा फटका मारण्याचा प्रयत्न करण्याऐवजी योग्य चेंडूची वाट पाहावी लागते. जेव्हा तुम्ही पैशाच्या गुंतवणुकीसाठी नेमलेले व्यवस्थापक असता तेव्हा तुमचे ग्राहक सतत तुम्हाला खरेदी विक्री करीत राहण्याचा आग्रह करतात.

आपण दर तिमाहीस आणि वर्षअखेरीस काय कमाई केली आहे हे दाखविण्याचे बंधन पैशाची गुंतवणूक करणाऱ्या व्यवस्थापकांवर असते. एखाद्या तिमाहीत त्यांची कमाई चांगली नसेल तर काही गिऱ्हाइके सोडून जातात आणि संपूर्ण वर्षाचीही कमाई चांगली नसेल तर अधिकच गिऱ्हाइके सोडून जातात. झटपट कमाई करून देण्याची गिऱ्हाइकांची इच्छा पूर्ण करण्यासाठी पैशाची व्यवस्था पाहणाऱ्यांना शेअर्सची सतत खरेदी आणि विक्री करावी लागते. त्यांनी जर असे केले नाही तर अर्थातच गिऱ्हाइके दुसऱ्या व्यवस्थापनाकडे जातात. पुढील तीन ते सहा महिन्यांत कदाचित त्या शेअर्सची किंमत वर जायची शक्यता आहे. असे शेअर विकत घेण्यासाठी या व्यवस्थापकांची नेमणूक असते; मात्र, असे करताना कंपनीच्या दीर्घकालीन मूल्यापेक्षा नजीकच्या काळातील किमतीच्या चढउतारास जास्त महत्त्व दिले जाते.

शेअर्सच्या नजीकच्या काळातील किमतींच्या चढउतारास महत्त्व दिल्यामुळे त्या किमतींमध्ये कंपनीच्या दीर्घकालीन मूल्याच्या तुलनेत चुका होतात. अशा चुकांचा फायदा वॉरेन घेतात. गुंतवणूक क्षेत्रातील कंपन्यांमध्ये झटपट कमाई करण्याची वेडसर प्रवृत्ती नसती तर उत्तम व्यवहार करण्याच्या अनेक संधी वॉरेन यांना त्यांच्या गुंतवणूक कार्यकाळात मिळाल्या नसत्या. म्हणजेच, जर तुम्हाला शेअर बाजारामध्ये प्रचंड कमाई करायची असेल तर इतरांसाठी गुंतवणुकीचे व्यवसाय करणाऱ्यांपासून दूर रहा आणि त्यांनी दीर्घ मुदतीतील किमतीचा विचार न करता हस्व दृष्टिकोन घेऊन केलेल्या चुकांचा फायदा घ्या.

११२

लोक इतिहासापासून बोध घेत नाहीत हेच आपण इतिहासाच्या अभ्यासातून शकतो.

शेअर बाजारात त्याच त्याच चुका लोक अनेकदा करतात. कंपनीच्या शेअरची किंमत नजीकच्या काळात वाढेल असा अंदाज करून ते जास्त किमतीत शेअर्स खरेदी करतात. या चुका करणाऱ्या लोकांमुळे आणि त्यांच्यासाठी काम करणाऱ्या म्यूच्युअल फंड कंपन्यांमुळे शेअर बाजाराचे कार्य चालते. कंपनीच्या दीर्घ पल्ल्यातील मूल्याचा विचार न करता ऱ्हस्व दृष्टिकोन घेऊन शेअर बाजाराने शेअर्सच्या किमतींमध्ये केलेल्या चुकांचा योग्य फायदा घेऊन वॉरेन यांनी आपली संपूर्ण गुंतवणूक-कारकिर्द यशस्वी केली आहे.

कंपनीकडून असणाऱ्या आपल्या अपेक्षा पूर्ण होत नाहीत, असा साधा अंदाज जरी आला तरी शेअर बाजारामध्ये कंपनीच्या शेअर्सची किंमत खूप खाली येते. अशा वेळी या गुंतवणूकदारांनी बाजारात तेजी असताना कंपनीच्या दीर्घकालीन मूल्यांवर आधारित किमतीपेक्षा जास्त किमतीस शेअर विकत घेतलेले असतात, त्यांचे प्रचंड नुकसान होते.जेव्हा बाजारात तेजी असते तेव्हा वॉरेन बाजारापासून दूर राहतात, किमती खाली आल्यावर वॉरेन त्या शेअर्समध्ये रस घेतात आणि किमती खूपच खाली आल्या आणि कंपनी जर योग्य असेल तर ते त्या कंपनीचे शेअर विकत घेतात.

११३

बाजारातील शेअरच्या किमतीमधील चढउताराकडे आपला शत्रू म्हणून पाहण्यापेक्षा आपला मित्र म्हणून पहा. तेथे होणाऱ्या चुकांमध्ये सहभाग घेण्यापेक्षा त्यापासून फायदा मिळवा.

✷

एखाद्या कंपनीच्या दीर्घकालीन आर्थिक मूल्याकडे शेअर बाजार अत्यंत क्रूरपणे दुर्लक्ष करतो आणि नजीकच्या काळात या व्यवसायाचे काय होणार आहे यावरच अवलंबून बाजारातील व्यवहार होतात. कंपनीचा भविष्यकाळ जरी चांगला असला तरी नजीकच्या काळात काही अडचणी आल्या तर कंपनीच्या शेअर्सची किंमत बरीच घसरते. अशी परिस्थिती म्हणजे ज्या कंपनीचा भविष्यकाळ उज्ज्वल आहे, त्या कंपनीचे शेअर्स विकत घेण्याची सुसंधी. मूर्ख लोक जेव्हा धडाधड खरेदी करत असतात तेव्हा एखाद्या कंपनीच्या शेअरची किंमत वर जाते अशा वेळी त्या शेअरचा विचार करू नका; पण, तेच मूर्ख लोक जेव्हा घाईगर्दीने शेअर विकत असतात तेव्हा किंमत कमी होते- तीच वेळ शेअर घेण्यास योग्य.

या सर्वांची उत्तम उदाहरणे म्हणून वॉरेन यांचे खालील व्यवहार पहा.

- १९७३-७४ साली जेव्हा शेअर बाजार कोसळला होता तेव्हा वॉशिंग्टन पोस्ट या कंपनीचे एक कोटी डॉलर्सचे शेअर्स त्यांनी खरेदी केले आणि कालांतराने त्याच शेअर्सची किंमत पंधरा कोटी डॉलर्स झाली.

- बाजारात पुन्हा अशीच हलाखीची परिस्थिती असताना १९८७ या वर्षात कोका कोला कंपनीचे दहा कोटी डॉलर्सचे विकत घेतलेले शेअर कालांतराने ऐंशी कोटी डॉलर्स इतके वाढले.
- सर्व बँकांसाठी मंदीचा काळ असताना वेल्स फार्गो या कंपनीच्या शेअरमध्ये चाळीस कोटी डॉलर्स गुंतवले आणि त्याची किंमत आज एकशे नव्वद कोटी डॉलर्स आहे.

११४

क्वचित प्रसंगी येणाऱ्या विलक्षण परिस्थितीमुळे जेव्हा उत्तम कंपन्यांचे शेअरसुद्धा चुकीच्या धर्तीवर व कमी किमतीत मिळत असतात तेव्हा गुंतवणुकीच्या उत्तम संधी उपलब्ध होतात.

दुरुस्त करता येतील अशा स्वरूपाच्या चुकासुद्धा काही वेळेला उत्तमोत्तम कंपन्यांकडून घडतात आणि त्यामुळे थोड्याच काळासाठी कंपनीच्या शेअर्सची किंमत कमी होते. कंपनीच्या दीर्घकालीन चांगल्या परिस्थितीचा विचार करता ही किंमत चुकीची असते. कंपनीच्या चुकीची दुरुस्ती होऊ शकेल की नाही हे ठरवणे येथे महत्त्वाचे असते. त्यामुळे ज्या कंपनीमध्ये आपण गुंतवणूक करीत आहोत त्या कंपनीच्या व्यवसायाचे आर्थिक स्वरूप कसे आहे हे माहिती असणे आवश्यक आहे.

जिको ही मोटर वाहनांच्या इन्शुरन्स व्यवसायातील कंपनी दिवाळखोरीच्या परिस्थितीत असताना वॉरेन यांनी सुरुवातीची गुंतवणूक केली. माफक किमतीमध्ये ते इन्शुरन्स देऊ शकत असत; परंतु, भराभर व्यवसाय वाढविण्याच्या नादात जो येईल त्याला त्यांनी इन्शुरन्स इन्शुरन्स दिला आणि जी किंमत त्यासाठी आकारली, त्यामध्ये इन्शुरन्स व्यवसायातील धोक्यापासून संरक्षणाची तजवीजच केली नाही. यामुळे कंपनीचे प्रचंड आर्थिक नुकसान होऊ लागले. इन्शुरन्स व्यवसायातील मूलभूत गोष्टींकडे जर लक्ष दिले तर ही कंपनी नुसती तग धरेल असे नाही, तर तिची भरभराटही होऊ शकेल हे वॉरेन यांना माहीत होते. आणि तसेच झाले. वॉरेन यांनी गुंतवलेल्या साडेचार कोटी डॉलर्स या रकमेमध्ये पंधरा वर्षांत तेवीस कोटी डॉलर्सपर्यंत वाढ झाली. कंपनीकडून होत असलेल्या चुकीची दुरुस्ती होऊ शकते आणि तसे झाल्यावर आगामी काळातील कंपनीच्या व्यवसायास धोका नाही, हे वॉरेन यांच्या लक्षात आले. दीर्घ मुदतीचा विचार न करणाऱ्या शेअर बाजाराने फक्त झालेली चूक लक्षात घेतली.

११५

ज्यांना दीर्घ मुदतीची गुंतवणूक करायची आहे त्यांना बाजारातील अनिश्चितता उपयुक्त ठरते.

शेअर बाजारातील अनिश्चिततेमुळे घबराट निर्माण होते व गोंधळलेल्या अवस्थेत लोक मोठ्या प्रमाणावर शेअर्सची विक्री करतात; त्यामुळे कंपनीचा भविष्यकाळ चांगला असला तरीही त्या वेळी शेअरच्या किमती कमी होतात. कंपनीची मुळात परिस्थिती चांगली असल्यामुळे सध्याच्या किमतीपेक्षा जर आगामी काळात शेअरची किंमत वाढणार असेल तर वरील घटनाक्रमामुळे शेअर विकत घेण्याची संधी प्राप्त होते. कंपनीच्या व्यवसायाची वास्तविक परिस्थिती आणि येणाऱ्या काळात अपेक्षित अशी चांगली आर्थिक स्थिती यामुळे शेअर्सची किंमत पुन्हा वर येते. इतर गुंतवणूकदार शेअर बाजारातील अनिश्चित परिस्थितीमध्येच असताना कोणत्या कंपन्यांचे व्यवसाय आगामी काळात चांगले चालतील व त्यांच्या शेअर्सची किंमत वाढेल याचा निश्चित अंदाज वॉरेन यांना शेअर बाजारातील त्यांच्या सखोल ज्ञानामुळे करता येतो.

११८

शेअर बाजारातील कंपन्या आणि त्यांचे शेअर्स म्हणजे व्यापारासाठी लागणारा कच्चा माल, असे अनेक जण समजतात.

इतरांच्या पैशाची गुंतवणूक करण्याचा व्यवसाय करणारे लोक कंपन्या आणि त्यांचे शेअर यांना व्यवसाय न समजता ज्याच्यावर बोली देईल असे आपल्या संगणकावरील फक्त आकडे वाटतात. हे सट्टेबाज लोक काही कंपन्यांचे शेअर्स जेव्हा अति प्रमाणात विकतात तेव्हा त्या कंपन्यांच्या शेअर्सची किंमत खाली जाते आणि कंपनीच्या दीर्घकालीन मूल्याच्या तुलनेने ही खाली गेलेली किंमत शेअर विकत घेण्यास योग्य ठरते. सट्टेबाजांच्या या वृत्तीमधूनच वॉरेन कमाई करतात. सुरुवातीच्या काळापासूनच कसिनोमध्ये जशी जुगारी वृत्ती असते ती शेअर बाजारात आली आहे. सट्टेबाजी लोकांना अशी वृत्ती नितांत आवडते. कारण, ती त्यांना रोमांचक वाटते. विकत घेण्यासाठी तुम्ही पाहिजे तेवढी मोठी रक्कम कर्जाऊ घेऊ शकता. त्यानंतर घेतलेल्या शेअर्सची किंमत वाढली तर ते तुमच्या दृष्टीने फारच छान- परंतु, किंमत जर वाढली नाही तर तुमचे मोठे नुकसान होते. काही वेळेला गुंतवणूकदार कंपन्यांना शेअर्सची किंमत कितीही कमी असली तरी त्याच वेळेला आपले पैसे काढून घ्यायचे असतात. अशा प्रसंगी शेअर्सच्या किमतीमध्ये खूप मोठे चढउतार होतात. अशी कल्पना करा की, तुम्ही एखाद्या सभागृहात आहात आणि त्याच वेळी त्या सभागृहाला आग लागली आहे. त्याचप्रमाणे शेअर बाजारामध्ये जेव्हा प्रचंड उलथापालथ होत असते तेव्हा तुम्हाला जर शेअर विकायचे असतील तर खरेदी करणारा शोधणे सोपे नसते. परंतु, ज्यांना कंपनीच्या दीर्घ मुदतीत होऊ शकणाऱ्या आर्थिक स्थितीचा अंदाज असतो त्यांच्यासाठी शेअर विकत घेण्याची ही सुसंधी असते.

११७

कितीही हुशारी दाखवली आणि प्रयत्न केले तरीही काही गोष्टी घडण्यासाठी ठरावीक वेळ लागतो. नऊ स्त्रिया जर एका वेळी गर्भवती असतील तर एक महिन्यात अपत्य जन्माला येणार नाही, त्यासाठी नऊ महिन्यांचा काळ जावाच लागतो.

एखाद्या कंपनीचे व्यवसायातील मूल्य वाढण्यासाठी वेळ लागतो, ते एका रात्रीत होत नाही. ज्याप्रमाणे मूल होण्यासाठी वेळ लागतो त्याचप्रमाणे कंपनीचे मूल्य वाढण्यासाठी वेळ द्यावा लागतो. परंतु, आपण जर उत्कृष्ट कंपनी विकत घेतली असेल तर निश्चितच तिच्या मूल्यामध्ये कालांतराने भरपूर वृद्धी होते. याचे उदाहरण म्हणजे १९८६ साली वॉरेन यांनी कॅपिटल सर्कल्स एबीसी कॉर्पोरेशन या कंपनीचे शेअर्स प्रत्येकी १७.२५ डॉलर्सला खरेदी केले. योग्य किमतीपेक्षा त्यांच्या मते ही किंमत अजिबात जास्त किंवा कमी नव्हती. थोड्याच काळात या कंपनीचे व्यावसायिक मूल्य वाढले आणि त्याचबरोबर १९९५ साली शेअरची किंमत प्रत्येकी १२७ डॉलर्स इतकी वाढली. म्हणजेच केलेल्या गुंतवणुकीवर त्यांना दरसाल २४ टक्के परतावा मिळाला. 'गायको' या कंपनीत वॉरेन यांनी केलेल्या गुंतवणुकीबाबतसुद्धा असेच घडले. कंपनीच्या मूलभूत सक्षम आर्थिक स्थितीमुळे पंधरा वर्षांत त्यांनी गुंतवलेले ४.५ कोटी डॉलर्स या रकमेच्या शेअर्सची किंमत २३ कोटी डॉलर्स एवढी वाढली. याचाच अर्थ दर साल त्यांना त्यांच्या गुंतवणुकीवर २९ टक्के परतावा मिळाला. उत्तम कंपन्या आपल्या भागधारकांना कालांतराने श्रीमंत बनवतातच; परंतु, हे काम एक महिन्यात झटपट होत नाही.

११८

गतकाळातील घडामोडी किंवा इतिहास यावरच फक्त जर गुंतवणूक क्षेत्र अवलंबून असेल तर अति श्रीमंत लोक हे ग्रंथपालासारखे होतील.

✴

एखाद्या व्यवसायाच्या किंवा कंपनीच्या इतिहासात काय घडले आहे हे माहीत असणे आवश्यक आहे. त्यामुळे आगामी काळात काय घडू शकेल याचा अंदाज येतो. परंतु, काय घडेल आणि केव्हा घडेल हे निश्चितपणे इतिहास सांगू शकत नाही. त्यासाठी गुंतवणूकदाराला दूरदृष्टी असावी लागते. ज्या व्यवसायांच्या स्वरूपात काळाच्या ओघात बदल होत नाही अशाच व्यवसायात राहून आगामी काळात काय घडेल याचा अंदाज घेण्याचा प्रयत्न वॉरेन करतात. ज्या गोष्टींच्या भवितव्याचा अंदाज असतो त्यातून मिळणाऱ्या फायद्याचेही अनुमान करता येते. बिअर, कॅन्डी , शीतपेये, च्युइंग गम आणि रेझर ब्लेड या वस्तूंकडे पहा. अशा गोष्टींचा व्यवसाय आगामी काळात कसा असेल याचा अंदाज येत असल्यामुळे त्याच्या खरेदीसाठी काय किंमत मोजावी याचा योग्य निर्णय ते करू शकतात. परंतु, एखाद्या कंपनीस जर आपल्या विशिष्ट उत्पादनात वारंवार बदल करावा लागत असेल किंवा उत्पादन करीत असलेल्या वस्तूंच्या संचामध्ये बदल करावा लागतो अशा कंपन्यांचे काही वर्षांनंतरचे भवितव्यच काय; परंतु, नजीकच्या काळात काय घडणार आहे याचेही अनुमान करता येत नाही. भविष्यात काय घडणार आहे हे समजत असेल तरच आपण भरपूर पैसे कमावू शकता.

११९

शेअर बाजार जरी दहा वर्षांसाठी बंद राहिला तरीही आपल्याकडे जे शेअर्स असावेत असे वाटते तेच शेअर्स विकत घ्या.

१९६० ते १९८० या काळामध्ये दर एक वर्षाआड वॉरेन आणि बेंजामिन ग्रॅहम यांचे इतर अनुयायी एकत्र भेटत असत आणि गुंतवणुकीसंबंधी तात्त्विक चर्चा करीत असत. जर तुमच्याकडचे सगळे पैसे एकाच कंपनीच्या शेअरमध्ये गुंतवून पुढील दहा वर्षांसाठी तुम्हाला एखाद्या निर्जन बेटावर जाऊन राहायचे असेल तर तुम्ही कोणती कंपनी निवडाल? हा एक प्रश्न ते एकमेकांना विचारत असत. याच प्रश्नाचे दुसरे स्वरूप म्हणजे जर शेअर बाजार पुढील दहा वर्षांसाठी बंद राहणार असेल तर आज कोणत्या कंपनीचे शेअर्स घेताना तुम्ही निश्चित असाल? अशा प्रश्नांमुळे नजीकच्या काळात काय होणार आहे याचा विचार न करता दीर्घ मुदतीत काय होणार आहे याचा विचार तुम्हाला करावा लागतो. भविष्यकाळाचा विचार करताना तुम्ही व्यवसायाची गुणवत्ता आणि आर्थिक स्वरूप याचा विचार करता. कंपनीची उत्पादने दीर्घ मुदतीपर्यंत प्रतिस्पर्ध्यांच्या उत्पादनापेक्षा सरस असतील का हे तुम्ही विचारात घेता. कंपनीच्या उत्पादनांमध्ये वारंवार बदल करावा लागत नसेल तर नफ्याचे प्रमाण चांगले असते. कंपनीची यंत्रसामग्री कधीही कालबाह्य होत नाही, साधनसामग्रीमध्ये बदल करावा लागत नाही. तसेच संशोधन आणि विकास यांवर खर्च करावा लागत नाही. असे खर्च कमी असतील तर नफ्याचे प्रमाण जास्त असते आणि आर्थिक स्थिती उत्तम राहते. जर शेअर बाजार दहा वर्षांसाठी बंद होणार असेल तर १९८२ साली वॉरेन

यांनी कॅपिटल सिटीज कॉर्पोरेशन या कंपनीचे शेअर खरेदी करण्यासाठी निवडले होते. शेअर्सची किंमत आणि कमाई याचे गुणोत्तर (Price Earnings Ratio) जर वीसपेक्षा कमी असेल तर कोका कोला या कंपनीचे शेअर घेण्याची तयारी त्यांनी दोन हजार सहा साली दाखवली होती. पैशाचा ओघ चालू असेल तर एखाद्या निर्जन बेटावर राहण्याचेही वॉरेन यांना वावडे नाही.

१२०

शेअर बाजारात आज गुंतवणूक करणाऱ्या व्यक्तीस यापूर्वी होऊन गेलेल्या वृद्धीचा फायदा मिळत नाही.

✷

शेअर बाजारात भविष्यकाळात जी वाढ होईल त्याचा फायदा आज गुंतवणूक करणाऱ्याला मिळेल. आज जर मी एखाद्या व्यवसाय विकत घेतला तर भविष्यकाळात होणारा फायदाच मला मिळू शकेल. यापूर्वी होऊन गेलेल्या फायद्यामुळे मला काही प्राप्ती नाही. भविष्यकाळात व्यवसाय वाढणार आहे का, आणि वाढणार असेल तर त्यासाठी आज मी किती किंमत देण्यास तयार आहे, हा प्रश्न उपस्थित होतो. स्पर्धकांवर मात करण्याची क्षमता त्या कंपनीकडे असेल तर निश्चितच व्यवसायात वृद्धी होईल. परंतु, जर कंपनीचे शेअर्स विकत घेताना तुम्ही अवाजवी किंमत दिली असेल तर तुम्ही केलेल्या गुंतवणुकीवर आगामी काळात मिळणारे उत्पन्न- तसेच प्रतिवर्षी मिळणारा परतावा कमी होईल. एखाद्या कंपनीमध्ये गुंतवणूक करून दरवर्षी जर फक्त दहा लाख डॉलर्स उत्पन्न मिळणार असेल तर तेथे दहा कोटी डॉलर्स तुम्ही गुंतवाल का, याबद्दल शंका आहे. परंतु, त्याच गुंतवणुकीवर जर वार्षिक उत्पन्न दोन कोटी डॉलर्स असेल तर निश्चितच गुंतवणूक कराल. अर्थात, ही उदाहरणे दोन टोकाची आहेत. तुम्हाला मिळणाऱ्या उत्पन्नाची संधी जर या दोन टोकांच्या मध्ये कुठेतरी असेल तर निर्णय घेणे अवघड ठरते. परंतु तुम्ही वॉरेन यांच्याप्रमाणे विचार कराल तर मध्यम प्रकारच्या फायद्यापेक्षा ते अधिक फायद्याचा सोपा मार्ग पत्करतात.

१२१

शेअर बाजार जर कार्यक्षम असता तर मला तेथे भीक मागायची वेळ आली असती.

शेअर बाजार सक्षम आहे आणि एखाद्या कंपनीच्या संबंधी उपलब्ध असलेल्या सर्व माहितीच्या आधारे कंपनीच्या शेअर्सची जी किंमत बाजारात असते, त्यातून त्या दिवशी कंपनीचे मूल्य काय आहे हे समजते, असा एक सिद्धान्त आहे. नजीकच्या काळाचाच विचार करताना शेअर बाजार थोडाफार कार्यक्षम आहे; परंतु, या काळातील किंमत ही दीर्घ पल्ल्याचा विचार करताना चुकीची असते. याचाच अर्थ असा आहे की दीर्घ मुदतीचा विचार करता अनेक वेळा शेअर बाजार कार्यक्षम ठरत नाही. बाजारातील कार्यक्षमतेचे उदाहरण म्हणून वॉशिंग्टन पोस्ट या कंपनीमधील आपली गुंतवणूक कशी ठरली हे वॉरेन सांगतात. १९७३ साली वॉशिंग्टन पोस्ट या कंपनीच्या मालकीचे त्याच नावाचे वृत्तपत्र, न्यूजवीक मॅगझिन आणि चार दूरदर्शन केंद्रांचे जाळे होते. मुद्दाम कमी धरली तरी या सर्वांची किंमत पन्नास कोटी डॉलर्स होती. परंतु, शेअर बाजाराच्या मते ही किंमत दहा कोटी डॉलर्स होती. नजीकच्या काळामध्ये आणि आगामी वर्षांमध्ये या कंपनीच्या शेअरची किंमत वाढणार नाही, असा बाजारात अंदाज होता आणि त्याप्रमाणे झालेही तसेच.परंतु, दीर्घ मुदतीचा विचार करता गुंतवणुकीची ही उत्तम संधी होती आणि हे हेरून वॉरेन यांनी कंपनीचे एक कोटी डॉलर्सचे शेअर्स खरेदी केले. तीस वर्षांनी त्याच शेअर्सची किंमत पंधरा कोटी डॉलर्स झाली. नजीकच्या काळातील कार्यक्षमता दीर्घ काळाचा विचार करता अकार्यक्षम ठरते, याचाच फायदा घेऊन तुम्ही श्रीमंत होऊ शकता हे लक्षात ठेवावे लागते.

१२२

माझ्या दृष्टीने शेअर बाजार अस्तित्वातच नाही. कुणी मूर्खपणा करीत आहे का हेच फक्त तेथे दिसते.

✷

बाजारातील शेअर्सच्या किमती वर गेल्या आहेत की खाली आल्या आहेत आणि आगामी काळात काय होईल, हे आपण सांगू शकतो याचीच चर्चा वॉलस्ट्रीट येथील अमेरिकेतील शेअर बाजारात होत असते. बाजारातील शेअर्सच्या किमती खाली आहेत का वर आहेत, याची वॉरेन यांना अजिबात फिकीर नसते. मोठमोठ्या म्यूच्युअल फंड कंपन्यांनी शेअर खरेदी करताना केवळ नजीकच्या काळाचा विचार करून काही मूर्खपणा केला आहे का, याकडेच त्यांचे लक्ष असते

अशा चुका निदर्शनास आणून देण्याची उत्कृष्ट कामगिरी करणारे वॉलस्ट्रीट जर्नल ते वाचतात.

१२३

गुंतवणूक करणाऱ्या कंपन्यांमधील लोकांना गुंतवणूकदार म्हणणे म्हणजे सतत एखाद्या दिवसाची प्रेमप्रकरणे करणाऱ्यास 'रसिक प्रेमवीर' समजण्यासारखे आहे.

✷

म्यूच्युअल फंड आणि हेज फंड शेअर खरेदी विक्रीची परिसीमा करतात. व्याजाचा दर पाव टक्का कमी झाला की ते लगेच शेअर्स विकत घेतात आणि पुढील महिन्यात व्याजदर पाव टक्का वर केल्यास शेअर्स विकतात. गतिमान गुंतवणूक करण्याची कार्यपद्धती ते अवलंबतात. म्हणजे शेअर्सची किंमत जेव्हा भराभर वाढत असते तेव्हा ते विकत घेतात आणि किमती खाली जाऊ लागल्या की लगेच विकतात. होणारी मिळकत थोडीशीच जरी कमी झाली तरी ते शेअर्स विकतात. मिळकतीत किंचित जरी वाढ झाली तरी ते शेअर्स विकत घेतात. युद्धजन्य परिस्थितीची थोडी जरी शक्यता असेल तर ते शेअर विकतात आणि शांततेच्या काळामध्ये शेअर्स विकत घेतात. 'या वर्षातील सर्वोत्कृष्ट फंड' हे बिरुद मिळवण्यासाठी त्यांची धडपड चालू असते. असे मानांकन मिळताच लोकांकडून त्यांच्याकडे लक्षावधी डॉलर्स गुंतवणुकीसाठी येतात. परंतु, हे हे लोक फक्त नजीकच्या काळाचा विचार करतात आणि त्या म्यूच्युअल फंडाची एखाद्या तिमाहीतील कमाई थोडी जरी कमी झाली तरी लगेच आपले पैसे काढून घेऊन दुसऱ्या फंडकडे जातात. यास गुंतवणूक म्हणता येणार नाही, ही सट्टेबाजी आहे. गुंतवणूक म्हणजे एखाद्या कंपनीच्या व्यवसायाचा काही भाग विकत घेणे आणि तो व्यवसाय वाढत जात असलेला पाहणे. सट्टेबाजी म्हणजे नजीकच्या काळात शेअरची किंमत वर जाईल का खाली जाईल, यासाठी फासे फेकणे आहे. गुंतवणूक करून तुम्ही भरपूर कमाई कराल आणि दुसऱ्या पद्धतीमध्ये तुमच्यासाठी फासे फेकणारे फंड मोठी कमाई करतील.

१२४

एक वर्षांनंतर शेअर बाजारातील परिस्थिती कशी असेल किंवा व्याजदर काय असतील किंवा व्यवसायाची स्थिती काय असेल याबाबत आमचे कधीही काहीही मत नसते, पूर्वीही नसे आणि पुढील काळातही नसेल.

✷

शेअर बाजाराच्या माध्यमातून कोट्यवधी डॉलर्सची कमाई केली तरीही शेअर बाजार आणि व्याजदर यांबद्दल काहीही मत नसणे याची कल्पना करा. वॉरेन यांना हे कसे शक्य होते? शेअर बाजारातील किमतींमध्ये पुढील वर्षांत कशी चढउतार होईल आणि व्याजदर काय असतील याबद्दल इतर लोक काळजी करीत असताना जर सरकारने व्याजदर पाव टक्का जरी वाढवला तर एखाद्या उज्ज्वल भवितव्य असलेल्या कंपनीचे शेअर विकतात. अशा प्रभावाने शेअर विकण्याची चूक जेव्हा लोक करतात तेव्हा वॉरेन ते शेअर विकत घेतात आणि दीर्घ काळ स्वतःकडे ठेवतात. जर तुम्हाला मोठ्या प्रमाणावर संपत्ती मिळवायची असेल तर शेअर बाजार खाली जाणार का वर जाणार, याची चर्चा आणि सरकार ठरवून देणारे व्याजदर याचा विचार करू नका. ज्या कंपन्यांचा भविष्यकाळ उज्ज्वल आहे आणि स्पर्धात्मक आव्हानासमोर टिकू शकतील अशा कंपन्यांवर लक्ष केंद्रित करा आणि कंपनीच्या योग्य मूल्याच्या मानाने शेअरची आजची किंमत काय आहे हे पहा. आजची किंमत दीर्घकालीन मूल्याच्या मानाने कमी असेल तर शेअर खरेदी करा आणि ती जास्त असेल तर त्यापासून दूर रहा. याच पद्धतीने परिश्रमपूर्वक तुम्ही शेअर्स खरेदी करीत राहिलात तर उत्तमोत्तम कंपन्यांच्या शेअर्सचा संच तुमच्याकडे तयार होईल आणि ज्या पद्धतीने वॉरेन धनाढ्य झाले तसेच तुम्हीपण व्हाल.

१२५

पैसा मिळाल्यावर माणसातील स्वभाववैशिष्ट्ये बाहेर येतात, हे अनेक कोट्यधीशांना भेटून माझ्या लक्षात आले आहे. परंतु, मुळात जर एखादा मूर्ख असेल तर कोट्यधीश झाल्यावरही मूर्खच राहील.

तुम्ही मुळात जसे आहात त्याच वृत्तीमध्ये पैसा मिळाल्यावर वाढ होते. जर तुम्ही दयाळू आणि उदार असाल तर पैसे मिळाल्यानंतर त्या गुणांमध्ये वाढच होईल. पण, पैसे मिळण्यापूर्वी जर तुम्ही कंजूस आणि कद्रू असाल तर पैसे मिळाल्यानंतरही तसेच राहाल. हा मुद्दा पटण्यासाठी एबेनिजर स्क्रूज याची गोष्ट तुम्हास माहिती पाहिजे. तो अत्यंत कंजूस होता. परंतु, आपल्या व्यवसायातील भागीदाराचे भूत पाहिल्यानंतर त्याच्यात बदल झाला आणि तो दयाळू व उदार झाला. सरतेशेवटी, जे लोक चांगले असतात ते पैसे मिळाले किंवा नाही मिळाले तरीही चांगलेच राहतात.

ते लोक चांगले आहेत हे महत्त्वाचे आहे, ते श्रीमंत आहेत की गरीब हे नाही.

अनुवादक परिचय

डॉ. धनंजय केसकर यांना आतापर्यंतच्या कार्यकाळात भारतात तसेच परदेशातही कॉर्पोरेट आणि शैक्षणिक क्षेत्रात सर्वोच्च पदावर आपल्या कामाचा ठसा उमटविण्याची संधी प्राप्त झाली आहे. आपल्या कारकिर्दीत भूषविलेल्या पदांमध्ये कंपनीचे पूर्ण वेळ कार्यकारी संचालक, व्यवस्थापकीय संचालक अशी पदे व त्यानंतर पुणे येथे ICFAI Business School चे संचालक व अलीकडील काळात मॉरिशसमधील पदवी प्रदान करणाऱ्या उच्च शिक्षण संस्थेत (AMITY) कुलगुरू आणि संचालक या पदांचा समावेश आहे. बी.ई. (मेकॅनिकल), एमबीएम (एआयएम, मनिला), पीएच.डी., जीएएमपी (शांघाय) पूर्ण करून ते उच्च विद्याविभूषित आहेत. ते ऑल इंडिया इन्स्टिट्यूट ऑफ मॅनेजमेंटचे फेलो आहेत आणि प्रमाणित कॉर्पोरेट संचालक आहेत. ते पुणे स्टॉक एक्स्चेंजचे सेबी नियुक्त गैर-कार्यकारी संचालक व नंतर अध्यक्ष होते. ॲडव्हर्टायझिंग स्टँडर्ड्स कौन्सिल ऑफ इंडिया या संस्थेच्या बोर्ड ऑफ गव्हर्नर्सचे अनेक वर्षे सभासद व त्यापैकी एक वर्ष अध्यक्ष होते.

ते सक्रिय रोटेरियन आहेत. त्यांनी व्यवस्थापन विषयक तीन पुस्तके संपादित केली आहेत आणि EFMD (युरोपियन फाउंडेशन फॉर मॅनेजमेंट डेव्हलपमेंट)साठी अनेक व्यवस्थापन प्रकरणांचे लेखक आणि सह-लेखक आहेत. सुमारे २२ वर्षे अनिवासी भारतीय स्वरूपात परदेशात कार्यरत होते व आता पुणे येथे स्थायिक आहेत.